VĂN PHẠM TIẾNG TÂY BAN NHA

Tác giả: **Nguyễn Phạm Thúy Hương**

1. MẠO TỪ (EL ARTÍCULO)

Là những từ không đứng một mình và tự nó không có nghĩa. Nó được đứng trước danh từ hay tính từ để xác định giống, giữa con người, con vật, đồ vật và sự vật; để xác định số lượng nhiều hay ít hoặc để chỉ định cho danh từ.

a) **Mạo từ chỉ định giống**:

- Mạo từ chỉ giống đực "**el** ", và mạo từ chỉ giống cái "**la** ". Ví dụ:

  el chico (con trai), **la chica** (con gái), **el árbol** (cái cây), **la fruta** (trái cây), **el mundo** (**thế giới)**, **la tierra** (trái đất)

- **Mạo từ chỉ giống đực số ít** "**el**", mạo từ chỉ giống cái số ít "**la**". **Mạo từ chỉ giống đực số nhiều** "**los**", **mạo từ chỉ giống cái số nhiều** "**las**". Ví dụ:

el chico (con trai), **los chicos** (những đứa con trai); **la chica** (con gái), **las chicas** (những đứa con gái)

- Có những mạo từ giống đực ngoại lệ, vì nó đứng trước và chỉ định cho một danh từ thuộc giống cái: **el alma** (tâm hồn), el hacha (**cái rìu)**, el **aula** (lớp học), el **hambre** (sự đói). Tuy nhiên, những danh từ này, khi nó được xử dụng ở số nhiều, thì nó được đi kèm với những mạo từ giống cái. Ví dụ: **las armas**: vũ khí, **las hachas**: những cái rìu, **las aulas**: các lớp học, **las hambres**: sự đói.

- Nếu một danh từ và một mạo từ mà nó được viết xen kẻ với một từ hay một nhóm từ, thì mạo từ sẽ là giống cái "**la**" khi nó đi theo tính từ giống cái, mặt dù tính từ đó được bổ sung cho một danh từ giống đực. Ví dụ:

el agua cristalina - **la cristalina agua** (nước trong vắt)

- những trường hợp ngoại lệ như:

hache là một từ giống đực, nhưng nó luôn đi theo mạo từ "**la**": **la hache** (chữ đánh vần của chữ H)

aroma là một từ giống cái, nhưng nó luôn đi theo mạo từ giống đực "**el**": **el aroma** (hương thơm, mùi hương)

- Trước chữ viết tắt mà nó bắt đầu bằng chữ **a** trọng âm thì xử dụng mạo từ "**la**". Ví dụ: **la AFE** (**Asociación de Futbolistas Españolas** - Liên doanh vận động viên bóng đá Tây Ban Nha)

- Trước cái tên riêng của nữ mà bắt đầu bằng chữ **a** thì luôn dùng mạo từ "**la**". Ví dụ:

La Ana que me presentaste. (Ana, người mà bạn đã giới thiệu với tôi.)

- "**La**", "**el**" là những mạo từ chỉ giống, nhưng nó không phải là mạo từ xác định, nó chỉ là mạo từ khi nó bổ xung cho một danh từ đã được chỉ định rõ ràng. Ví dụ:

La playa es bonita. (Bãi biển là đẹp.) Ở đây, bãi biển này chỉ là một bãi biển chung chung chớ nó không chỉ rõ một bãi biển nào.

Da nang es una ciudad bonita, la ciudad de los jóvenes. (Đà nẵng là một thành phố đẹp, thành phố của của những người trẻ tuổi.) Ở đây, danh từ "**ciudad - thành phố**" không những đã được chỉ định bởi tính từ Da nang, mà còn là chỉ định xác định là đẹp, cho nên vế đầu tiên của câu này, chữ thành phố đã được đi liền với mạo từ xác định "**un - một**", và vì vậy mà ở vế sau nó đã được đi liền với mạo từ không xác định "**la - cái**", (**mạo từ "la -cái" này ở trong tiếng Việt, chúng ta không cần lập lại.**)

- **Mạo từ chỉ giống** "**la**", "**el**" đứng trước những tính từ mà những tính từ đó làm nhiệm vụ xác định cho những danh từ khác. Ví dụ:

El **viejo** tiempo (thời gian **trước**), la **antigua** casa (cái nhà **trước đây**)

- **Mạo từ chỉ định giống** "**la**", "**el**", "las", "**los**" không bao giờ đi theo sau một mạo từ chỉ định, ngoại trừ "**todo**", "**toda**", "**todos**", "**todas**". Ví dụ:

todas las mañanas (tất cả những buổi sáng), **todo el mundo** (tất cả mọi người)

- Đổi lại, nó có thể đi liền cùng với những mạo từ chỉ số lượng, số thứ tự và một vài mạo từ không xác định như "**muchos**", "**pocos**", "**varios**", "**otros**", "**demás**" ...Ví dụ: **los cuatros libros** (bốn quyển sách), **la segunda planta** (tầng thứ hai), **la otra chica** (cô gái khác)

- Và thậm chí nó còn có thể đi liền với một vài mạo từ chỉ định cùng một lúc. Ví dụ: **los otros tres alumnos** (ba học sinh khác), **los tres primeros alumnos** (ba học sinh đầu tiên)

• Hầu hết, những danh từ nếu không đi liền với những mạo từ chỉ giống "**la**", "**el**", "**las**", "**los**" thì những danh từ đó chỉ đơn thuần là một tính từ mà thôi, nó không thể đứng riêng một mình được. Trừ khi nó đi liền với những từ khác làm thành một thuật ngữ hay là một tiên đề.

b) Mạo từ trung gian "**lo**":

- **Mạo từ trung gian** "**lo**" dùng để đi kèm với một tính từ làm cho tính từ đó trở thành một danh từ. Ví dụ:

Lo importante (điều quan trọng), **lo bueno** (điều tốt), **lo curioso** (điều ngạc nhiên), **lo experto** (sự tinh tường) ...

- **Mạo từ trung gian** "**lo**" còn đi trước những giới từ "**de - của**", hay liên từ "**que - mà**" để chỉ định cho một điều gì, hay một vấn đề mà trước đó đã được đề cập tới. Ví dụ:

lo de ayer (điều của hôm qua)

lo que me dijiste (điều mà hôm qua anh đã nói với tôi) (nhớ là ở đây đại từ xưng hô tuy thuộc vào người đối diện mà chuyển giải, có thể là anh, chị hay là em)

- **Mạo từ trung gian** "**lo**" đi trước tính từ có tác dụng là nhấn mạnh, như là nó chuyển tải cái tính chất cảm thán của câu. Ví dụ:

¡**Lo grande que eres**! (Bạn vĩ đại thật!)

¡**Lo malo que es**! (Hắn hư qúa!)

¡**Lo guapa que esta niña**! (Cô bé này đẹp qúa!)

- **Mạo từ trung gian** "**lo**" đi trước tính từ làm cho nó trở thành một cụm phó từ bổ nghĩa cho động từ. Ví dụ:

¡**Lo lejos que está**! (Nó xa quá!)

¡**Lo bien que hablas**! (Em nói hay qúa!)

- Khi mạo từ trung gian "**lo**" **đứng sau** giới từ, hay mạo từ "**de - của**", mà giới từ hay mạo từ "**de- của** " đó đi liền theo sau động từ "**ser - là**", hoặc theo sau động từ "**está - ở, khỏe, bị, được, là...", và lại còn đứng trước** một mạo từ so sánh "**más - hơn, nhất**" thì nó làm cho một cụm từ có giá trị so sánh đó được mang thêm tính chất cảm thán. Ví dụ:

¡**Es lo más inteligente**! (Anh ta là người thông minh nhất!)

¡**Está de lo más inteligente**! (Anh ta là người thông minh nhất!)

c) Mạo từ chỉ định:

Mạo từ chỉ định đứng trước danh từ làm nhiệm vụ ấn định cho danh từ. Có hai loại:

- **Mạo từ chỉ định cho giống đực**:

Là những mạo từ có chức năng ấn định cho những danh từ thuộc giống đực: este (cái...này), **ese** (cái...đó), **aquel** (cái...kia), **estos** (những cái...này), **esos** (những cái...đó), **aquellos** (những...cái kia). Ví dụ:

este libro (cái quyển sách này), **ese árbol** (cái cây đó), **aquel edificio** (cái toà nhà kia)

estos chicos (những cậu con trai này), **esos sombreros** (những cái mũ đó), **aquellos años** (những năm trước, những năm kia)

Như vậy, khoảng cách chỉ định giữa người nói với vật, người, hay chủ đề đối diện gần nhất là "**este, estos**", xa hơn là "**ese, esos**" và xa hơn nữa là "**aquel, aquellos**".

estos, **esos** y **aquellos** là số nhiều của **este**, **eso** y **aquel**

- **Mạo từ chỉ định cho giống cái**:

Là những mạo từ có chức năng ấn định cho những danh từ thuộc giống cái:
esta (cái...này), **esa** (cái...đó), **aquella** (cái...kia), **estas**, **esas**, **aquellas**. Ví dụ:

esta casa (cái nhà này), esa niña (cái cô bé đó), **aquella chica** (cái cô gái kia),

estas casas (những cái nhà này), **esas niñas** (những cô bé đó), **aquellas chicas** (những cô gái kia)

Như vậy, khoảng cách chỉ định giữa người nói với vật, người, hay chủ đề đối diện gần nhất là "**esta, estas**", xa hơn là "**esa, esas**", và xa hơn nữa là "**aquella, aquellas**"

estas, esas và **aquellas** là số nhiều của **esta, esa** và **aquella**

- **Những mạo từ chỉ định có chức năng của một danh từ:**

Đó là những mạo từ: **esto** (cái này), **eso** (cái đó), **aquello** (cái kia). Những mạo từ này không nhất thiết được sử dụng để ấn định cho danh từ giống đực hay giống cái, mà bản thân nó chính là danh từ, nó hàm chứa ý nghĩa cho một vấn đề đã được đề cập trước, nó có thể đứng ở đầu câu và đi liền với động từ. Ví dụ:

Eso fue lo que me dijeron. (Cái đó là điều họ đã nói với tôi như vậy.)

Eso es lo que quiero. (Cái này là cái tôi muốn.)

Esto no puede continuar así. (Cái này không thể tiếp tục như vậy được.)

Cũng như vậy, những mạo tự chỉ định cho danh từ giống cái và giống đực có lúc nó có chức năng như một danh từ, và nó có ý nghĩa bao hàm cho một danh từ khác: **este** (cái này), **ese** (cái đó), **aquel** (cái kia), **esta** (cái này), **esa** (cái đó), **aquella** (cái kia). Ví dụ:

Este es bonito. (Cái này là đẹp)

Esta es fea. (Cái này là xấu.)

¿**Cuál es la camisa más bonita**? (Cái áo nào đẹp hơn?) - Esta. (Cái này.)

- Thường thì những mạo từ chỉ định đứng trước danh từ, nhưng có khi nó đứng sau danh từ, vì những từ này đã có những mạo từ chỉ giống đi trước và nó làm chức năng ấn định cho danh từ càng thêm rõ ràng hơn. Ví dụ:

Esta casa me gusta. (Cái nhà này tôi thích) (**Không thể nói "casa me gusta** - nhà này tôi thích")

La casa esta me encantó. (Cái nhà này tôi thích) (thật ra trong trường hợp này, câu này có nghĩa như là: cái nhà này tôi rất thích)

- **Những mạo từ chỉ định có thể đi liền với mạo từ chỉ giống** để hỗ trợ cho danh từ, nhưng trong trường hợp này nó chỉ có thể đứng trước chớ không đứng sau mạo từ chỉ giống. Ví dụ:

estos los niños (những đứa trẻ này)

- **Mạo từ chỉ định có thể đi liền với những mạo từ sỡ hữu hay những mạo từ không xác định** để hỗ trợ cho danh từ, nhưng nó luôn đi trước những mạo từ này. Ví dụ:

estos tus ojos (đôi mắt của em), **esas cuatro casitas** (bốn cái nhà nhỏ đó), **todas esas gentes** (tất cả những người đó)

- Mạo từ chỉ định "**tal - cái... đó**", "**tales - những cái đó**"; "**tal**", "**tales**" có ý nghĩa như "**esa**", "**ese**". Ví dụ:

en tal ocasión = en esa ocasión (nhân dịp đó)

en tal caso = en ese caso (trong trường hợp đó)

d) Mạo từ sở hữu:

- **Những mạo từ sở hữu "mi, tu, su"** xuất hiện dưới hai hình thức:

Hình thức số ít: **mi** (của tôi), **tu** (của anh, của chị, của em, của bạn), **su** (của anh ấy, của chị ấy, của ông ấy, của bà ấy, của cô ấy). Ví dụ:

mi libro (sách của tôi), **tu camisa** (áo của anh, chị, em), **su gente** (người của cô ấy, anh ấy, chị ấy, bà ấy)

Hình thức số nhiều: **mis** (của tôi), **tus** (của anh, của chị, của em), **sus** (của cô ấy, của anh ấy, của ông ấy, của bà ấy). Ví dụ:

mis libros (những quyển sách của tôi), **tus camisas** (những cái áo của em, chị, anh), **sus casas** (những cái áo của anh ấy, chị ấy, cô ấy)

- **Không nên nhầm lẫn mạo từ sở hữu và đại từ nhân xưng, giữa mi và mí, tu và tú**. Ví dụ:

mi casa (nhà của tôi), **¿estás hablando de mí**? (anh, chị, em đang nói về tôi?)

tu deseo (ước muốn của bạn, anh, chị, em), **¿quién eres tú**? (anh, chị, em, bạn là ai?)

- **Những mạo từ sở hữu giống đực số ít "mío - của tôi", "tuyo - của anh, em", "suyo - của anh ấy, chị ấy, cô ấy", "nuestro - của chúng ta, của chúng tôi"** (người nói là nam), "**vuestro - của các bạn, các anh, các em**". Ví dụ:

el libro suyo (quyển sách của anh ấy, cậu ấy)

es mío (là của tôi)

- **Những mạo từ giống đực số nhiều** "**míos - của tôi**", "**tuyos - của các anh, em**", "**suyos - của anh ấy, cậu ấy**", "**nuestros - của chúng ta, của chúng tôi**", "**vuestros - của các anh, các em, các bạn**". Ví dụ:

tus cuadros (những bức tranh của anh), **vuestros hijos** (những đứa con của anh chị)

- **Những mạo từ giống cái số ít** "**mía - của tôi**", "**tuya - của chị**", "**suya - của chị ấy, của cô ấy**", "**nuestra - của chúng ta, của chúng tôi**" (người nói là nữ), "vuestra - các chị, các em). Ví dụ:

Esta camisa es mía. (Cái áo này là của tôi)

Es tuya. (là của chị, là của em)

- **Những mạo từ giống cái số nhiều** "**mías** - của tôi", "**tuyas** - của chị, của em", suyas (của các cô ấy, của các chị ấy, của họ", "**vuestras** - của các chị, của các em". Ví dụ:

estas camisas son mías (những cái áo này là của tôi), **vuestras casas** (nhà của các chị)

- **Suyo:** mạo từ sở hữu của ngôi thứ ba số ít giống đực (của ông ấy, của anh ấy)

Suya: mạo từ sở hữu của ngôi thứ ba số ít giống cái (của bà ấy, của chị ấy)

Suyos: mạo từ sở hữu của ngôi thứ ba số nhiều giống đực (của các ông ấy, của các anh ấy, của họ)

Suyas: mạo từ sở hữu của ngôi thứ ba số nhiều giống cái (của các bà ấy, của các chị ấy)

- **nuestro**: mạo từ sở hữu chung cho ngôi thứ nhất và ngôi số hai số nhiều giống đực (của chúng ta). Ví dụ: nuestro colegio: trường của chúng ta

nuestros: mạo từ sở hữu chung cho ngôi thứ nhất và ngôi số hai số nhiều giống đực (của chúng ta). Ví dụ: nuestros amigos: những người bạn trai của chúng ta

nuestra: mạo từ sở hữu chung cho ngôi thứ nhất và ngôi số hai số ít giống cái (của chúng ta. Ví dụ: nuestra casa: nhà của chúng ta

nuestras: mạo từ sở hữu chung cho ngôi thứ nhất và ngôi số hai số nhiều giống cái (của chúng ta). Ví dụ: nuestras amigas: những người bạn gái của chúng ta

- **Những mạo từ sở hữu chỉ ngôi thứ nhất**:

mi, mis, mío, mía, míos, mías, nuestro, nuestra, nuestros, nuestras

- **Những mạo từ sở hữu chỉ ngôi thứ hai**:

tu, tus, tuyo, tuya, tuyos, tuyas, vuestro, vuestra, vuestros, vuestras

- **Những mạo từ sở hữu chỉ ngôi thứ ba**:

su, sus, suyo, suya, suyos, suyas

- **Những câu ví dụ**:

Mi pintura es abstracta. (Tranh của tôi là trừu tượng.)

Este libro es tuyo. (Quyển sách này là của anh.)

Esa casa es nuestra. (Cái nhà này là của chúng ta.)

Los hijos son nuestros. (Những đứa con là của chúng ta.)

El lápiz es suyo. (Cây bút chì là của hắn.)

e) Mạo từ chỉ định không xác định:

- Đó là những mạo từ đi trước danh từ để hỗ trợ cho danh từ. Có một số mạo từ chỉ định không xác định còn có nhiệm vụ tương đương với một đại từ không xác định.
- Sau đây là những mạo từ chỉ định không xác định:

un, una, unas

algún, alguno, alguna, algunos, algunas

ningún, ninguno, ninguna

quienquiera, quienesquiera

cualquier, cualquiera, cualesquiera

demás

otro, otra, otros, otras

varios, varias

poco, poca, pocos, pocas

mucho, mucha, muchos, muchas

bastante, bastantes

cierto, cierta, ciertos, ciertas

más y menos
todo, toda, todos, todas
cada

- **un, una, algún và ningún** luôn đứng trước danh từ.

Ví dụ:

un papel (một tờ giấy), **una hoja** (một trang giấy), **unas camisas** (một vài cái áo)
algún día (ngày nào đó)
ningún problema (không có vấn đề)

- **alguno, ninguno** luôn đứng sau danh từ và **algunos**, **algunas**, **ninguna** đứng trước hoặc đứng sau. Ví dụ:

No tiene miedo alguno. (Anh ta / cô ta không sợ gì cả)
No tengo miedo ninguno. (Tôi không sợ gì cả.)
algunos de ellos (một vài trong số họ / "họ", trong trường hợp này là phái nam, hoặc, cả nam lẫn nữ)
algunas de ellas (một vài trong số họ / một vài trong số các cô ấy)

- **algún, alguna** có thể đi liền với mạo từ không xác định **otro**. Ví dụ:

algún otro día (ngày nào đó)
alguna otra idea (một ý tưởng nào đó)

- Những mạo từ chỉ định không xác định có nhiệm vụ như một đại từ không xác định. Ví dụ:

No quiero ninguno. (Tôi không muốn ai cả.)
Me interesa ninguna. (Tôi không quan tâm ai cả.)

- **cualquier** chỉ có thể đứng trước danh từ giống đực. Ví dụ:

cualquier hombre (bất cứ người đàn ông nào)

- **cualquiera** đi sau danh từ, khi không đi với danh từ nó làm nhiệm vụ như một đại từ không xác định. Ví dụ:

una chica cualquiera (một bất cứ cô gái nào)
un hombre cualquiera (một bất cứ người đàn ông nào)
cualquiera lo puede hacer (bất cứ ai cũng có thể làm nó)

- **Mạo từ không xác định "demás"**:

đứng trước danh từ và sau những mạo từ không xác định khác. Ví dụ:

los demás libros (những quyển sách khác)

todas las demás gentes (tất cả những người khác)

• **Mạo từ không xác định otro:**

- Hòa hợp với những mạo từ chỉ định khác. Ví dụ:

algunos otros libros (một vài quyển sách khác)

los otros libros (những quyển sách khác)

mis otros libros (những quyển sách khác của tôi)

todos esos otros libros (tất cả những qyển sách khác đó)

todos mis otros libros (tất cả những quyển sách khác của tôi)

otros tres libros (ba quyển sách khác) ...

Mạo từ không xác định **otro** còn có thể thay thế cho danh từ làm thành đại từ không xác định. Ví dụ:

quiero otro (tôi thích cái khác)

- Khi đứng trước danh từ giống cái mà nó bắt đầu bằng chữ a, thì nó thay đổi bằng otra. Ví dụ:

otra agua (nước khác)

la otra área (vùng khác)

• **Những mạo từ không xác định mucho, poco, varios, bastante, demasiado, tanto y cuanto** đều đi trước danh từ, trừ trường hợp đặc biệt **bastante** y **varios**. Ví dụ:

Tenemos varias habitaciones - **Tenemos habitaciones varias** (Chúng tôi có một vài căn phòng)

Những mạo từ không xác định này có thể thay thế làm chức vụ đại từ. Ví dụ:

Tú tiene mucho dinero y yo poco. (Chị / anh / em có nhiều tiền còn tôi thì có ít.)

• **Những mạo từ chỉ định không xác định más o menos**:

đi liền với danh từ để chỉ định một số lượng một cách không xác định cho danh từ đó. Ví dụ:

más amigos (nhiều bạn hơn)
menos problemas (ít rắc rối lại)

Những mạo từ này còn làm chức năng của một tính từ, và như vậy khi đi sau một mạo từ trung gian lo, cả hai tạo nên một danh từ. Ví dụ:

Lo más que me puede pasar (Điều mà có thể xảy ra với tôi.)

• **Ghi chú:**

Khi những mạo từ chỉ định không xác định **"más", "menos"** đi liền với động từ **"ser",** nó là nhiệm vụ của một **phó từ. Ví dụ:**

Ana es más inteligente. (Ana là thông minh hơn.)

Pedro es menos tonto. (Pedro là ít ngu hơn.)

• Mạo từ chỉ định không xác định **un, una, unos, unas** đi trước một danh từ mà danh từ có đã được xác định bởi một tính từ. Ví dụ:

Una chica guapa (một cô gái đẹp)

- hoặc nó đi trước một danh từ đã được xác định tính chất đặc điểm bởi một cụm từ. Ví dụ:

Quiero una casa que tenga cuatro habitaciones. (Tôi muốn một căn nhà mà nó có bốn căn phòng)

-Mạo từ chỉ định không xác định số nhiều **unos, unas** đi trước danh từ để trình bày tính ước lượng. Ví dụ:

Había unas cincuenta personas en la conferencia. (Có khoảng năm mươi người trong phòng họp báo.)

- Mạo từ **un, una** đi trước mạo từ **todo, toda** như một sự nhấn mạnh. Ví dụ:

Eres un todo elegante. (Em rất sang trọng.)

f) Mạo từ chỉ định số uno, dos, tres, cuatro, cinco, veinte, treinta...

- Mạo từ chỉ số lượng đi trước danh từ để chỉ số lượng, ví dụ:

cinco personas (năm người)

- Nó có thể làm nhiệm vụ của đại từ khi không đi kèm với danh từ. Ví dụ:

Quiero diez. (Tôi muốn mười.)

- Mạo từ chỉ số lượng có thể đi liền theo sau những mạo từ khác. Ví dụ:

los cuatro amigos (cả bốn người bạn)
esos dos capítulos (cả hai chương đó)
mis dos amigas (hai người bạn của tôi)

g) Mạo từ chỉ định số thứ tự **primero, segundo, tercero...millonésimo**:

- Mạo từ chỉ định số thứ tự có thể đi trước hay sau danh từ để xác định thứ tự và không làm được nhiệm vụ của một đại từ. Ví dụ:

el capítulo tercero (chương thứ ba)
el tercer capítulo (chương thứ ba)

- Những mạo từ chỉ số lượng giống như tính từ là khi đi liền với mạo từ **el, la, lo** thì nó trở thành danh từ. Ví dụ:

lo primero (điều thứ nhất), **la sexta** (điều thứ sáu)

2) DANH TỪ (EL SUSTANTIVO)

Là những từ dùng để chỉ định con người, con vật và sự vật và nó đi liền theo sau những mạo từ. Ví dụ:

el libro (quyển sách)
la casa (cái nhà)
el hombre (người đàn ông; con người)
el animal (con vật)

Có những danh từ chỉ chất lượng. Ví dụ:

la belleza (cái đẹp)
la caridad (chất lượng)

Những danh từ chỉ hành động. Ví dụ:

el movimiento (sự cử động)
la agitación (sự dao động)

Những danh từ chỉ cảm xúc. Ví dụ:

la alegría (niềm vui)
la tristeza (nỗi buồn)

Những danh từ chỉ thời gian. Thí dụ:

la semana (tuần)
la aurora (bình minh)

Những danh từ chỉ mối quan hệ. Thí dụ:

el amigo (người bạn)
el vecino (người láng giềng)

Những danh từ chung. Ví dụ:

el hombre (con người)

el río (dòng sông)

la montaña (cái núi)

la ciudad (cái thành phố)

Những danh từ tên riêng, những danh từ này không bao giờ đi liền với mạo từ. Ví dụ:

Ana, Pedro, Manuel...

Những danh từ đếm được. Ví dụ:

tres libros (ba cuốn sách)

muchas gentes (nhiều người)

algunos casos (một vài trường hợp)

Những danh từ không đếm được. Ví dụ:

petróleos (xăng), **agua** (nước), oil (dầu)

Những danh từ giống đực. Ví dụ:

el perro (con chó), **el hombre** (người đàn ông), **el padre** (người cha)

Những danh từ giống cái. Ví dụ:

la perra (con chó cái), **la mujer** (người đàn bà), **la vaca** (con bò)

Những danh từ có thể đi cùng hai giống. Ví dụ:

el mar (cái biển), **la mar** (cái biển)

- Danh từ số ít và danh từ số nhiều:

- Thêm **s** vào danh từ số ít tận cùng bằng **nguyên âm**. Ví dụ.

libro - libros (sách)

- thêm **es** vào những danh từ số ít tận cùng bằng **- l, -n, -d, -z, -r, -s, -x, -y.** Ví dụ:

fax - faxes (fax)

eslogan - eslóganes (khẩu hiệu)

pastel - pasteles (bánh ngọt)

rey – reyes (vua)

3) ĐẠI TỪ (PRONOMBRE)

a) Phân loại đại từ:

- Đại từ nhân xưng: **yo** (tôi), **tú** (anh, chị, em), **él** (anh ta), **ella** (cô ấy), **nosotros** (chúng ta), **vosotros** (các anh, các bạn, các chị, các em), **ellos** (họ)

- Đại từ quan hệ: **que** (mà, người mà), **quien** (người, người mà), **quienes** (những người mà), **el cual** (mà, cái mà) ...

- Đại từ nghi vấn và cảm thán: **quién** (ai vậy), **quiénes** (những ai vậy), **cuál** (nào, cái nào), **cuáles** (những cái nào)

- Đại từ chỉ định: **esto** (cái này), **eso** (cái đó), **aquello** (cái kia)

- Đại từ không xác định: **algo** (cái nào đó), **nada** (không có gì), **alguien** (người nào đó), **nadie** (không có ai)

- Những đại từ nhân xưng khác:

me (tôi), **mí** (tôi), **conmigo** (với tôi), **te** (anh, chị, em, bạn), **ti** (anh, chị, em, bạn), **contigo** (với anh, với chị, với em, với bạn), **vos** (anh, chị, em), **os** (chúng ta), **le, la, lo, se, sí, consigo, les, las, los, se.**

b) Những đặc điểm và tính chất của đại từ nhân xưng:

- Đại từ nhân xưng là những từ làm chức vụ trong một câu như những danh từ. Có hai loại:

- Đại từ nhân xưng số ít: **yo** (tôi, ta), **tú** (anh, chị, em, bạn), **él** (ông ấy, anh ấy, chị ấy, em ấy, hắn), **usted** (ông, anh, chị, bà)

- Đại từ nhân xưng số nhiều: **vosotros** (các anh, các chị), **nosotros** (chúng ta), **ellos** (họ), **ustedes** (các ông, các anh, các chị, các bà)

- Những đại từ nhân xưng làm chức vụ như là một chủ nghữ: **yo, tú, él, usted, vosotros, nosotros, ellos, ustedes**

- Những đại từ này **le, la, lo, se, sí, consigo, les, las, los, se** không làm nhiệm vụ chủ từ một cách trực tiếp, mà chỉ là gián tiếp**.** Ví dụ:

Me saludaron. (Họ chào tôi.)

La vi. (Tôi đã thấy cô ta.)

Me lo dices. (Anh nói với tôi.)

Lo haré. (Tôi sẽ làm nó.)

- Những đại từ phản thân **me, te, se**. Ví dụ:

Yo me lavo. (Tôi tự rửa.)

Tú te lavas. (Em tự rửa.)

Él se lava. (Hắn tự rửa.)

c) Cách sử dụng đại từ SE:

- Như là một đại từ nhân xưng. Ví dụ:

Entregó el libro a Juan - **Se lo entregó** (a él - a Juan) (Anh ấy đã giao cuốn sách cho Juan - Anh ta đã giao nó cho anh ấy - Juan)

- Như là một đại từ phản thân. Ví dụ:

Pedro se lava (lavarse) (Pedro đã tự rửa mặt)

- Như là một đại từ gián tiếp đứng sau một đại từ tên riêng có tính cách trực tiếp:

Pedro se construyó una casa. (Pedro, ông ta đã xây một cái nhà.)

- Như là một đại từ tương ứng. Ví dụ:

Ana y Juan se saludan. (Ana và Juan họ chào nhau.)

- Như là một đại từ bị động phản thân. Ví dụ:

Se alquilan habitaciones. (Cho thuê phòng)

- SE có thể làm chủ ngữ dưới một hình thức không chỉ định nhân xưng. Ví dụ:

se dice... (Họ nói rằng)

¿se puede? (có thể không?)

d) Đại từ quan hệ **que** hỗ trợ cho một danh từ hay một đại từ đi trước. Ví dụ:

El libro que compré ayer. (Quển sách mà tôi đã mua hôm qua)

El chico que viene es mi hermano - El que viene es mi hermano (Cậu con trai mà đã đến là em trai tôi.)

e) Những đại từ quan hệ **el que, la que, lo que, los que, y las que** hỗ trợ cho một danh từ hay một đại từ đi trước và nó luôn đi kèm với một giới từ. Ví dụ:

La casa en la que vivo. (Cái nhà, nơi mà tôi ở.)

Los bolígrafos con los que escribo. (Những cây bút mà tôi viết.)

f) Những đại từ quan hệ **quien, el cual, la cual, lo cual, los cual, và las cuales** hỗ trợ cho một danh từ hay một đại từ đi trước và nó luôn đi kèm với một giới từ. Ví dụ:

El bolígrafo con el cual escribo. (Cây bút bi mà tôi viết.)

Ana sobre quien me hablaste ayer. (Ana, người mà bạn đã bạn đã nói với tôi hôm qua.)

g) Đại từ chỉ định nghi vấn **cuál, cuáles, quién, quiénes** luôn luôn có dấu sắc và nó làm chủ nghữ đi trước giới từ de. Ví dụ:

¿Cuál de los dos? (Ai trong hai người?)

¿Quién de vosotros? (Ai trong chúng ta?

- Đại từ nghi vấn cuál, quién là số ít, còn cuáles, quiénes là số nhiều.

- Trong trường hợp bổ sung trực tiếp hay gián tiếp nó đi liền sau giới từ a và đứng trước một đại từ nhân xưng khác. Ví dụ:

¿A quién viste ayer? (Hôm qua anh đã thấy ai?)

¿A quién te referías? (Anh muốn đề cập tới ai?)

¿A cuál te referías? (Chị muốn đề cập tới cái gì?)

Khi bổ sung cho một hoàn cảnh, nó đi liền sau giới từ con. Ví dụ:

¿Con cuál disfrutaste más? (Cái nào làm bạn thích hơn?)

h) Những đại từ nghi vấn **quién, qué, và cuánto, cuánta, cuántos, cuántas** trình bày một sự cảm thán, cho nên nó được gọi là những đại từ nghi vấn cảm thán. Ví dụ:

¡Qué haces? (Em làm cái gì vậy?)

¡Quién lo hubiera dicho! (Ai mà đã có thể nói điều đó!)

¡Qué le vamos a hacer! (Chúng ta sẽ làm gì đây?)

i) Đại từ chỉ định **este, estos, esta, estas, eso, esos, aquel, aquello**... đóng vai trò đại từ khi nó không đi liền sau danh từ. Ví dụ:

Esto no me gusta, aquélla es más bonita. (Tôi không thích cái này, cái kia đẹp hơn.)

- Những đại từ chỉ định này có thể đi liền sau những mạo từ chỉ định toda, todo, todos, todas. Ví dụ:

Todo aquello me pertenece. (Tất cả những cái đó đều thuộc về tôi.)

l) Những đại từ không chỉ định **nadie, alguien, nada, algo.**

- **Nada và alguien** là chỉ định về người nhưng xác định rõ. Còn **nada, algo** thì chỉ định về sự vật và cũng không xác định rõ.

- Đại từ không chỉ định **nada và nadie** ở dạng phủ định, khi nó đi trước động từ thì không cần một trợ lực phủ định nào. Ví dụ:

Nada hay tan importante. (Không có gì quan trọng cả.)

Nadie quiso comer. (Không có ai muốn ăn cả.)

Nhưng, khi nó đứng sau động từ thì nó cần một sự trợ lực của một phó từ phủ định. Ví dụ:

Nunca hay nada tan importante. (Không bao giờ có điều gì quan trọng cả.)

No quiso comer nada. (Hắn không muốn ăn gì cả.)

Đại từ không chỉ định **nada** có thể đi liền sau giới từ **de**. Ví dụ:

Aquí no falta de nada. (Ở đây không thiếu gì cả.)

Đại từ không chỉ định nada và algo là đại từ khi nó làm nhiệm vụ chính bổ sung cho danh từ, lại đứng sau động từ, và là phó từ trong một vài trường hợp. Ví dụ:

No tengo nada. (Tôi không có gì cả.)

No te quiero nada. (Tôi chẳng yêu anh gì cả.)

4) TÍNH TỪ (ADJETIVO)

Là những từ đi kèm với danh từ để diễn đạt hay chỉ định chất lượng, tính chất của danh từ đó.

● Có hai loại tính từ:

- Tính từ không có giống. Ví dụ:

Azul (xanh), **alegre** (vui), **breve** (gọn), **común** (chung)

- Tính từ có hai giống, giống đực và giống cái. Ví dụ:

bonito, **bonita** (đẹp); **español**, **española** (tây ban nha); **chiquitín**, **chiquitina** (nhỏ bé)

● Số nhiều của tính từ:

Nó được thêm "**s**" khi ở dạng số nhiều và thêm "**es**" khi tính từ đó là một từ có phụ âm hay một nguyên âm có dấu ở cuối. Ví dụ:

grande - grandes; común - comunes; alfonsí – alfonsíes

a) Những ý nghĩa của tính từ:

● Những tính từ diễn đạt chất lượng của danh từ. Ví dụ:

bueno (tốt), **malo** (xấu), **inteligente** (thông minh), **valiente** (can đảm)

Những tính từ có mối quan hệ hay là thành viên của danh từ. Ví dụ:

Lingüítico (thuộc về ngôn ngữ), **social** (xã hội), **musical** (thuộc về nhạc)

● Những tính từ diễn đạt một nguồn gốc hay một xuất xứ của những người sinh ra từ một ngôi làng, một thành phố hay một đất nước. Ví dụ:

madrileño (người Madrid), **canario** (người Canarias), **ruso** (người Nga)

● Những tính từ có ý nghĩa gần giống như những mạo từ chỉ định. Ví dụ:

siguiente (tiếp theo), **último** (cuối cùng), **anterior** (trước), **postrero** (cuối cùng)

b) Các góc độ của tính từ:

● Góc độ khẳng định:

- Là những tính từ không đi kèm với các phó từ más (hơn), menos (kém), tan (qúa)..., và không có vần cuối - ísimo o – érimos. Ví dụ:

Ana es **buena** (Ana là tốt), esta camisa es **cara** (cái áo này là đắt)

● Góc độ so sánh:

- Là những tính từ đi kèm với các phó từ **más** (hơn), **menos** (kém), **tan** (qúa), **mayor** (lớn hơn), **peor** (tệ hơn) ... Ví dụ:

Ana es más **buena** que Rosa. (Ana là tốt hơn Rosa.)

Juan es menos **listo** que José. (Juan là không thông minh bằng José.)

Ana es **mayor** que yo. (Ana là lớn hơn tôi.)

● Góc độ bậc nhất:

- Là những tính từ có vần cuối - **ísimo o – érimos.** Ví dụ:

pobrísimo (qúa nghèo), **altísimo** (qúa cao), **novísimo** (qúa mới)

Ana es **inteligentísima**. (Ana là qúa sức thông minh.)

c) Vai trò của tính từ khi đi cùng với các mạo từ chỉ định:

- Những tính từ sẽ trở thành danh từ khi đi cùng với mạo từ chỉ định. Ví dụ:
  el rojo (màu đỏ), **el azul** (màu xanh) ...
- Những tính từ sẽ trở thành danh từ khi đi cùng với mạo từ trung gian "**lo**". Ví dụ:

lo bueno (sự tốt), **lo importante** (điều quan trọng), **lo conveniente** (điều tiện lợi) ...

d) Vị trí của tính từ:

- Những tính từ có thể đứng trước hay sau các danh từ. Khi đứng sau danh từ nó mang một ý nghĩa thông thường để bổ sung cho danh từ, nhưng khi nó đứng trước danh từ nó lại có ý nghĩa nhấn mạnh tương đương với danh từ. Ví dụ:
  la camisa **roja** (cái áo màu đỏ), la hierba **verde** (cỏ xanh) ...
  la **verde** hierba (cỏ xanh), la **blanca** nieve (tuyết trắng) ...
- Những tính từ trình bày nghĩa khác nhau tùy theo vị trí của nó đứng trước hay sau danh từ. Ví dụ:
  un **pobre** hombre (một người đàn ông đáng thương), un hombre **pobre** (một người đàn ông nghèo)
  un **gran** hombre (một vĩ nhân), un hombre **grande** (một người đàn ông to lớn)
  un **nuevo** coche (một chiếc xe hơi khác), un **coche** nuevo (một chiếc xe hơi mới) ...

5) PHÓ TỪ (ADVERBIO)

- Phó từ là những từ dùng để bổ nghĩa cho động từ, có đôi khi nó còn bổ sung tính chất cho một phó từ khác. Những từ như: **muy** (rất), **aquí** (ở đây), **alegremente** (một cách vui vẻ), **tarde** (trể), **cerca** (gần)...Ví dụ: Vivo **alegremente**. (Tôi sống một cách vui vẻ), Ana llegó **tarde**. (Ana đã đến muộn)
muy cerca (rất gần)

• Phó từ chỉ nơi chốn. Ví dụ:

aquí (ở đây), **lejos** (xa), **dentro** (trong), **ahí** (ở đó), **allí** (ở kia), **arriba** (ở trên), **delante** (đằng trước), **adonde** (ở đâu), **cerca** (ở gần), **encima** (ở trên**), atrás** (đằng sau), **detrás** (phía sau)

• Phó từ chỉ thời gian. Ví dụ:

hoy (hôm nay), **mañana** (ngày mai), **ya** (bây giờ), ayer (hôm qua), **todavía** (vẫn còn), **nunca** (không bao giờ), **enseguida** (ngay bây giờ), **temprano** (sớm), **cuando** (khi), **recientemente** (vừa mới)

• Những phó từ chỉ cách thức. Ví dụ:

así (như thế), **mejor** (tốt hơn, hay hơn), **bien** (tốt), cual (cái nào), **peor** (xấu hơn), **como** (như là), **mal** (xấu), **igual** (bằng), **según** (tùy theo)

• Những phó từ chỉ sự khẳng định. Ví dụ:

sí (vâng, dạ), **bueno** (được rồi, tốt thôi), **seguro** (chắc chắn), **claro** (rõ ràng), **naturalmente** (một cách tự nhiên), **efectivamente** (hiệu qủa), **también** (cũng vậy) • Những phó từ chỉ sự phủ định. Ví dụ:

no (không), **tampoco** (cũng không), **nada** (không có gì), **nunca** (không bao giờ), **jamás** (không bao giờ)

• Những phó từ chỉ số lượng. Ví dụ:

nada (không có gì cả), **mucho** (nhiều), **poco** (ít), **apenas** (hiếm khi), **menos** (kém), **demasiado** (nhiều qúa), **más** (hơn), **menos** (ít hơn), **tan** (qúa), **muy** (rất), **bastante** (đủ), **casi** (gần như), **justo** (vừa đúng), **todo** (tất cả)

- Những phó từ chỉ sự mong ước. Ví dụ:

ojalá (mong vậy), **así** (như vậy)

- Những phó từ chỉ sự ngi ngờ, một khả năng. Ví dụ:

quizá (có lẽ), **igual** (giống như), **acaso** (có lẽ), **posiblemente** (có khả năng), **probablemente** (có lẽ), **seguramente** (chắc chắn)

- Những phó từ chỉ sự kết luận. Ví dụ:

solamente (chỉ có), **únicamente** (chỉ có), **incluso** (bao gồm), **sólo** (chỉ có), **inclusive** (bao gồm), **exclusivamente** (duy nhất)

- Những phó từ chỉ danh tính. Ví dụ:

mismamente (tương tự), **mismo** (tương tự), **precisamente** (đúng), **cabalmente** (triệt để), **propiamente** (đúng cách), **concretamente** (một cách cụ thể)

- Những phó từ chỉ sự cảm thán. Ví dụ:

qué (gì), **cuán** (làm sao)

- Những phó từ khác. Ví dụ:

viceversa (ngược lại), **contrariamente** (trái ngược), **consecuentemente** (hậu qủa)

6) GIỚI TỪ (LA PREPOSICIÓN)

- giới từ là những từ bất biến được sử dụng để thiết lập mối quan hệ phụ thuộc giữa hai hoặc nhiều từ. Sau đây là những tính từ:

a (đến), **ante** (trước), **bajo** (dưới), **con** (với), **contra** (ngược lại), **de** (của), **desde** (từ khi), **durante** (trong suốt), **en** (trong), **entre** (giữa), **hacia** (hướng tới), **hasta** (tới khi), **mediante** (thông qua), **para** (để cho), **por** (bởi), **según** (theo), **sin** (không), **sobre** (trên) y **tras** (sau)

• Những giới từ thường kết hợp với liên từ "**que** - rằng". Ví dụ:

a: Espero **a** que llegue (Tôi mong rằng hắn sẽ đến.)

con: Me conformo **con que** apruebes. (Tôi hài lòng vì bạn thi đậu.)

de: Me preocupo **de que** comáis. (Tôi lo cho các bạn ăn.)

desde: **Desde que** vino, soy feliz. (Kể từ khi anh ấy đến, tôi rất vui.)

en: Confío **en que** no tarden. (Tôi tin tưởng rằng họ không đến trể.)

hasta: Estaré aquí **hasta que** venga. (Tôi sẽ ở đây cho đến khi anh ta đến.)

para: Lo hago **para que** me queráis. (Tôi làm điều đó để cho các bạn yêu tôi.)

por: Tengo interés **por que** salgáis adelante. (Tôi quan tâm đến việc các bạn tiến lên.)

sin: Lo he aprendido **sin que** me hayan ayudado. (Tôi đã học nó mà không cần họ giúp tôi.)

• Những giới từ không đi cùng với những liên từ. Ví dụ:

ante (trước), **bajo** (dưới), **contra** (ngược lại), **hacia** (đến), **sobre** (trên), **tras** (sau), **durante** (trong suốt), **mediante** (thông qua)

• Giới từ "**según** - theo" không phải là giới từ khi nó đi cùng với một động từ hay một đại từ. Ví dụ:

según dicen (theo họ nói), **según tú** (theo anh)

• Giới từ "**hasta** - cho tới" sở hữu một ý nghĩa là giới hạn một thời gian hay một không gian, ví dụ:

hasta mañana (cho tới ngày mai), **hasta Madrid** (cho tới Madrid).

Nhưng có trường hợp nó trở thành phó từ, ví dụ:

Hasta Juan lo sabe. (Ngay cả Juan cũng biết điều đó.)

Hasta Ana ha venido. (Ngay cả Ana cũng đã đến.)

• Những giới từ có thể đi theo nhóm, ví dụ:

Es bueno **para con** sus amigos (Anh ta tốt đối với bạn bè của anh ta.)

Es bueno **de por** sí. (Anh ta tốt đối với bản thân.)

• Ngoài ra còn có những cụm giới từ. Ví dụ:

a causa de, a fin de, de acuerdo con, con relación a, junto a, acerca de, en relación con ...

• Những động từ đi liền với giới từ:

A

adaptarse a

adherirse a

afectar a

aficionar(se) a

aprender a

comenzar a

empezar a

ir a

jugar a

llegar a

obligar a

ponerse a

CON

acabar con

acordar con

comenzar con

contar con

continuar con

cumplir con

empezar con

enfadarse con

entenderse con

hablar con

romper con

pactar con

terminar con

DE

acordarse de

acusar de

constar de

defender(se) de

diferenciar(se) de

fiarse de

informarse de

hablar de

ocuparse de

padecer de

preocuparse de

proteger(se) de

reclamar de

sacar de

salir de

sufrir de

tratar(se) de

EN

ahondar en

basarse en

confiar en

creer en

entrar en

esforzarse en

especializarse en

exceder en

hablar en

pensar en

profundizar en

POR

atravesar por

cambiar por

comprar por

enfadarse por

estar por

hablar por

interesarse por

luchar por

pasar por

preguntar por

tomar por

vender por

SOBRE

discutir sobre

escribir sobre

hablar sobre

informar(se) sobre

triunfar sobre

7) **LIÊN TỪ (LA CONJUNCIÓN)**

- Là những từ dùng để nối hai hay nhiều bộ phận của câu hoặc hai hay nhiều câu. Những liên từ như: **y** (và), que (mà), **o** (hoặc), **pero** (nhưng), **ni** (chẳng phải), **aunque** (mặc dù). Ví dụ:

Ana es guapa **y** elegante. (Ana là đẹp và sang.)

Quiero **que** vengáis a casa. (Tôi muốn các bạn đến nhà.)

He aprobado **aunque** he estudiado poco. (Tôi đã đậu mặc dù tôi học ít.)

O vienes **o** te quedas. (Hoặc là anh đi hoặc là anh ở lại.)

Ni Juan **ni** Pedro. (Không phải Juan cũng không phải Pedro.)

• Liên từ **e** (và) dùng để thay thế cho liên từ **y** (và) khi nó đi trước một chữ có chữ **i** hay chữ **hi** đứng đầu, ví dụ:

Ana e Inés (Ana và Inés)

padre e hijos (cha và các con)

ngoại trừ trường hợp **hi** đi liền với nguyên âm đôi, ví dụ:

plomo y hierro (không viết: plomo e hierro).

• Liên từ **u** (và) dùng để thay thế cho liên từ **y** (và), **o** (hoặc) khi nó đi trước một chữ có chữ **o** hay chữ **ho** đứng đầu, ví dụ:

siete u ocho (bảy và tám), **latón u hojalata** (đồng thau hoặc thiếc)

• Liên từ "**si-** nếu" có mặt trong những hỏi gián tiếp, ngoại trừ một vài trường hợp nếu nó là bổ ngữ cho hoàn cảnh. Ví dụ:

No me importa **si** ha llovido mucho o poco. (Tôi không quan trọng nếu mà mưa nhiều hay ít.)

No sé **si** ha venido. (Tôi không biết là anh ta đã đến.)

• Cụm liên từ:

- Là sự kết hợp giữa hai hay nhiều từ trong vai trò của một liên từ. Ví dụ:

una vez que (một lần mà), **a no ser que** (không biết rằng), **tan pronto como** (qúa sớm như là), **dado que** (đưa ra), **con tal de que** (miễn là)

- Những cụm liên từ được cấu tạo từ một liên từ đi kèm với liên từ **que**. Ví dụ:

para que (để cho), **desde que** (từ khi mà), **hasta que** (cho đến khi mà)

8) TỪ NGHI VẤN (LOS INTERROGATIVOS)

• Là những từ được dùng để hỏi, nó luôn được viết có dấu**: qué, quién (quiénes), cuál (cuáles), cuándo, cuánto (cuánta, cuántos, cuántas), cómo, dónde y adónde.**

• **Qué, cuál (cuáles) và cuánto (cuánta, cuántos, cuántas)** có thể làm nhiệm vụ của một đại từ chỉ định vá đi trước một danh từ. Ví dụ:

¿Qué día vienes? (Ngày nào anh đến?)

¿Cuántos años cumples? (Anh sinh nhật bao nhiêu tuổi?)

• **Qué, quién, quiénes), cuál (cuáles) và cuánto (cuánta, cuántos, cuántas)** trong một vài trường hợp nó làm chức năng của danh từ. Ví dụ:

¿Qué viste en el cine? (Em đã thấy gí trong rạp chiếu phim)

¿Quién ha llamado? (Ai gọi điện vậy?)

¿Cuánto has ganado? (Anh thắng được bao nhiêu?)

• **Cómo, cuándo, cuánto, dónde và adónde** cũng có thể làm chức năng của một phó từ. Ví dụ:

¿Cuándo sale el último tren? (Khi nào thì tàu sẽ tới?

¿Dónde vives? (Em sống ở đâu?)

9) TỪ CẢM THÁN (LOS EXCLAMATIVOS)

• Là những từ được dùng để diễn tả những cảm xúc vui, buồn, đau khổ, ngạc nhiên .... Nó luôn được viết có dấu và nó cũng chính là những từ nghi vấn: **qué, quién (quiénes), cuál (cuáles), cuándo, cuánto (cuánta, cuántos, cuántas), cómo, dónde y adónde.**

• Trong một vài trường hợp, **qué, cuánto (cuánta, cuántos, cuántas)** có thể dúng như là một danh từ, giống như **quién**. Ví dụ:

¡Qué flor más bonita! (Hoa đẹp qúa!)

! ¡Cuántas hojas se han caído de los árboles! (Bao nhiêu chiếc lá đã rớt xuống cây)

• Cũng có thể tìm thấy **qué** và **cuánto** trong chức năng của một phó từ. Ví dụ:

¡Qué bonita es el motor! (Cái xe mô tô đẹp qúa)

¡Cuánto me gusta el helado! (tôi thích kem qúa!)

10) ĐỘNG TỪ (EL VERBO)

a) TÍNH CHẤT VÀ ĐẶC ĐIỂM:

- Động từ tiếng Tây Ban Nha rất phức tạp, nó thay đổi tùy theo đại từ nhân xưng đi trước khi nói và viết chớ không để nguyên mẫu, và còn tùy thuộc vào vần cuối **ar, er, ir** của các động từ. Ví dụ:

Chia động từ nguyên mẫu ở dạng thì hiện tại thường:

● **cantar** (hát): canto (tôi hát), cantas (anh / chị / em hát), canta (anh ấy / chị ấy / em ấy hát), cantamos (chúng ta hát), cantáis (các bạn hát), cantan (họ hát)

● **temer** (sợ): temo (tôi sợ), temes (anh / chị / em sợ), teme (anh ấy / chị ấy / em ấy sợ), tememos (chúng ta sợ), teméis (các bạn sợ), temen (họ sợ)

● **abrir** (mở): abro (tôi mở), abres (anh / chị / em mở), abrimos (chúng ta mở), abrís (các anh / các chị / các em / các bạn mở), abren (họ mở)

- Động từ nguyên mẫu khi nói và khi viết còn được chia và thay đổi tùy theo thời gian, cách thức và hình thức. Thời gian hiện tại (presente), qúa khứ (pasado) và tương lai (futuro). Cách thức chỉ định (modo indicativo), cách thức giả thiết (modo subjuntivo) và cách thức ra lệnh (modo imperativo). Những hình thức đơn giản (formas simples) và những hình thức hỗn hợp (formas compuestas).

b) NHỮNG TRƯỜNG HỢP BẤT QUI TẮC Ở GỐC (IRREGULARIDADES EN LA RAÍZ).

- Trường hợp **e** đổi thành **ie**. Ví dụ:

p**e**nsar → pi**e**nso, pi**e**nse

- Trường hợp **o** đổi thành **ue**. Ví dụ:

s**o**ltar → s**ue**lto, s**ue**lte

- Trường hợp **i** đổi thành **ie**. Ví dụ:

adqu**i**rir → adqu**ie**ro adqu**ie**ra

- Trường hợp **e** đổi thành **i**. Ví dụ:

p**e**dir → p**i**do, p**i**da

- Trường hợp **o** đổi thành **u**. Ví dụ:

d**o**rmir → d**u**rmamos, d**u**rmáis

- Trường hợp đổi phụ âm. Ví dụ:

hacer → hago

saber → supe

- Trường hợp đổi phụ âm và nguyên âm:

caber → quepo, quepa

conocer → conozco

traer → traigo

andar → anduve, anduviera

estar → estuve, estuviera

c) **NHỮNG HÌNH THỨC ĐƠN GIẢN VÀ NHỮNG HÌNH THỨC HỖN HỢP:**

● **Những hình thức đơn giản (formas simples):**

- thì hiện tại (el presente): **canto** (tôi hát)

- thì qúa khứ không hoàn thành (el pretérito imperfecto): **cantaba** (tôi đã hát)

- thì qúa khứ không xác định (el pretérito indefinido): **canté** (tôi đã hát)

- thì tương lai không hoàn thành (el futuro imperfecto): **cantaré** (tôi sẽ hát)

- hình thức điều kiện thường (el condicional simple): **cantaría** (tôi sẽ hát)

- hình thức ra lệnh (forma de imperativo): **canta** (anh hãy hát), **cantad** (các anh hãy hát)

Những hình thức đơn giản khác: **cantar** (hát), **cantando** (đang hát), **cantado** (đã hát)

● **Những hình thức hỗn hợp (formas compuestas):**

- Là sự kết hợp giữa động từ haber với phân từ của những động từ khác. Ví dụ:

ha cantado (anh ta đã hát)

había cantado (anh ta đã hát)

habrá cantado (anh ta sẽ hát)

- thì qúa khứ hoàn thành (el pretérito perfecto): **he cantado, haya cantado** (tôi đã hát)

- thì qúa khứ hoàn thành kéo dài (el pretérito pluscuamperfecto): **había cantado, hubiera cantado, hubiese cantado** (đã hát)

- thì tương lai hoàn thành (el futuro perfecto): **habré cantado, hubiere cantado** (sẽ hát)

- hình thức điều kiện hỗn hợp (el condicional compuesto): **habría cantado** (sẽ hát)

- hình thức vô hạn: **haber cantado**

- hình thức điều kiện hỗn hợp (el condicional compuesto): habría cantado (sẽ hát)

- hình thức nguyên mẫu hỗn hợp: **haber cantado, habiendo cantado**

d) ĐỘNG TỪ NGUYÊN MẪU DƯỚI HÌNH THỨC KHÔNG CÓ ĐẠI TỪ NHÂN XƯNG (EL INFINITO DE FORMA NO PERSONAL):

- Động từ nguyên mẫu tận cùng bằng chữ **r,** có ba dạng: - **ar, - er, - ir**. Ví dụ:

cantar (hát), **bailar** (nhảy), **saludar** (chào hỏi)

crecer (phát triển), **comer** (ăn), **leer** (đọc)

reír (cười), **partir** (đi ra), **teñir** (nhuộm)

- Động từ nguyên mẫu trình bày dưới hai dạng, động từ nguyên mẫu đơn giản (infinito simple) và động từ nguyên mẫu hỗn hợp (infinito compuesto). Ví dụ:

động từ nguyên mẫu đơn giản: **cantar** (hát), **comer** (ăn), **reír** (cười)

động từ nguyên mẫu hỗn hợp: **haber cantado** (đã hát), **haber comido** (đã ăn), haber reído (đã cười)

động từ nguyên mẫu hỗn hợp luôn chỉ định một hành động đi trước một hành động khác. Ví dụ:

Por haber salido tú, me ha tenido que quedar en casa. (Vì anh đã đi trước, cho nên em phải ở nhà.)

Và động từ nguyên mẫu hỗn hợp cũng diễn giải điều gì đó đã không thể làm của người nói. Ví dụ:

Me hubiera gustado ir con nosotros. (Tôi đã mong muốn được đi với các bạn.)

¡Pues haber dicho! (sao không nói!)

- Động từ nguyên mẫu có khi có thể thay thế cho một danh từ trong câu. Ví dụ:

Comer es saludable. (Ăn là khỏe mạnh.)

- Động từ nguyên mẫu làm nhiệm vụ bổ sung trực tiếp cho một động từ khác. Ví dụ:

No quiero comer. (Con không muốn ăn.)

- Động từ nguyên mẫu hỗ trợ cho một động từ khác và đi liền theo sau một giới từ. Ví dụ:

Me dedico a escribir. (Tôi làm nghề viết.)

Se fue sin comer. (Hắn đã đi mà không ăn.)

- Động từ nguyên mẫu hỗ trợ cho một danh từ và đi liền theo sau một giới từ. Ví dụ:

La razón de vivir. (Lý do để sống.)

- Động từ nguyên mẫu hỗ trợ cho một tính từ và đi liền sau giới từ de. Ví dụ:

Capaz de aguantar. (Khả năng để chịu đựng.)

- Động từ nguyên mẫu hỗ trợ cho một phó từ và đi liền sau giới từ de. Ví dụ:

Lejos de quejarse. (Còn lâu mới ca thán.)

- Động từ nguyên mẫu đi liền sau giới từ. Ví dụ:

De saberlo, hubiera venido. (Nếu biết thì em đã đến.)

Al arrancar, el coche hizo un ruido. (Khi khởi động, chiếc xe đã phát ra tiếng động.)

Po no hablar, no le dieron regalo. (Vì không nói, nên họ đã không cho qùa.)

e) NHỮNG CÁCH THỨC CỦA ĐỘNG TỪ (MODOS VEBALES):

- Có ba cách thức, cách thức chỉ định (el modo indicativo), cách thức giả thiết (el modo subjuntivo), cách thức ra lệnh (el modo imperativo).

● Cách thức chỉ định diễn đạt những nội dung và những sự việc thực tế trong một hình thức chắc chắn. Nó là cách thức duy nhất để xử dụng cho câu hỏi. Ví dụ:

¿Cantas? (anh hát hở?)

¿Cantaste? (anh đã hát?)

¿Cantarás? (anh sẽ hát?)

¿Ha cantado? (anh đã hát chưa?)

(Nhưng không bao giờ viết: ¿Cantes?, ¿Cantases?, ¿Haya cantado?, ¿Cantad?)

● Cách thức giả thiết diễn tả một mong ước, một khả năng, một điều không thực tế và không chắc chắn. Ví dụ:

¡Ojalá llueva! (Có lẽ trời mưa.)

Talvez me case. (Có lẽ tôi sẽ lập gia đình.)

Cuando llegues ... (Khi nào đến...)

● Một sự khác biệt nữa là ở cách thức chỉ định, động từ được viết dưới một hình thức khẳng định, còn ở cách thức giả thiết thì động từ được viết dưới hình thức phủ định. Ví dụ:

Creo que te ha ganado. (Tôi nghĩ rằng anh đã thắng.)

No creo que hayas ganado. (Tôi không nghĩ rằng anh đã thắng.)

(Không nói: no creo que has ganado)

Cho nên những động từ như **deseo** (tôi mong ước), **ruego** (tôi yêu cầu, tôi mong) **và mandato** (ra lệnh) đòi hỏi được chia ở dạng giả thiết. Ví dụ:

Lamento que hayas perdido. (Tôi lấy làm tiếc là em đã thua.)

(không nói lamento que habéis perdido)

Es una pena que viváis así. (Thật đáng tiếc khi bạn sống như vậy.)

(Không nói: Es una pena que vivís así.)

Và những trường hợp này cũng đòi hỏi động từ phải chia ở dạng giả thiết. Ví dụ:

Para que seas feliz (để cho em được hạnh phúc)

(không nói: para que serás feliz)

Busco un libro que sea interesante. (Tôi tìm một cuốn sách mà nó phải thú vị.)

● Hình thức ra lệnh là động từ được xử dụng dưới hình thức ra lệnh. Ví dụ:

Ven (Tới đây) **Callad** (mọi người im đi) **Mira** (Nhìn kìa)

Động từ ở hình thức ra lệnh xử dụng cho đại từ nhân xưng ở ngôi thứ hai số ít và ngôi thứ hai số nhiều. Ví dụ:

Với ngôi thứ hai số ít:

canta (em hát đi), **ven** (em tới đây), **déjamelo** (em đưa nó cho tôi)

Với ngôi thứ hai số nhiều:

cantad (các bạn hãy hát), **venid** (mọi người đến đây), **dejádmelo** (mọi người đưa nó cho tôi)

f) CÁC THÌ VÀ CÁC CÁCH THỨC (TIEMPOS Y MODOS)

- Cách thức chỉ định có:

Thì hiện tại (Presente): **escribo** (tôi viết)

Thì qúa khứ hoàn thành (el pretérito perfecto): **he escrito** (tôi đã viết)

Thì qúa khứ không hoàn thành (el pretérito imperfecto): **escribía** (tôi đã viết)

Thì qúa khứ hoàn thành không tiếp diễn (el pretérito pluscuamperfecto): **había escrito** (tôi đã viết)

Thì qúa khứ không xác định (el pretérito indefinido): **escribí** (tôi đã viết)

Thì tương lai chưa hoàn thành (el futuro imperfecto): **escribiré** (tôi sẽ viết)

Thì tương lai hoàn thành (el futuro perfecto): **habré escrito** (tôi sẽ viết)

Điều kiện đơn giản (condicional simple): **escribiría** (tôi sẽ viết)

Điều kiện hỗn hợp (condicional compuesto): **habría escrito** (tôi đã viết)

- Cách thức giả thiết có:

Thì hiện tại (el presente): **escriba** (tôi sẽ viết)

Thì qúa khứ hoàn thành (el pretérito perfecto): **haya escrito** (tôi đã viết)

Thì qúa khứ không hoàn thành (el pretérito imperfecto): **escribiera o escribiese** (tôi đã viết)

Khi qúa khứ hoàn thành không tiếp diễn (el pretérito pluscuamperfecto): **hubiera o hubiese escrito** (tôi đã viết)

Thì tương lai chưa hoàn thành (el futuro imperfecto): **escribiere** (tôi sẽ viết)

Thì tương lai hoàn thành (el futuro perfecto): **hubiere escrito** (tôi đã sẽ viết)

e) CÁC HÌNH THỨC CHIA ĐỘNG TỪ (LAS CONJUGACIÓN DEL VERBOS):

• THÌ HỆN TẠI Ở DẠNG CHỈ ĐỊNH (EL PRESENTE DE INDICATIVO):

- Động từ ở thì hiện tại diễn tả một hành động xảy ra trong lúc nói hoặc viết. Ví dụ: **Voy al colegio.** (Tôi đi học)

-- Diễn tả một hành động lập đi lập lại chỉ định trong một khoảng thời gian gần của người nói. Ví dụ:

Todos los días voy al colegio. (Tôi đi học hàng ngày.)

- Đôi khi thì hiện tại không có ấn định về thời gian, mà dùng để diễn tả một chân lý. Ví dụ:

La belleza es una salvación. (Cái đẹp là một sự cứu rỗi.)

Dos por cuatro son ocho. (Hai nhân bốn bằng tám.)

-Thì hiện tại thường còn dùng để diển tả một dự định sắp đến. Ví dụ:

El próximo año voy a Madrid a estudiar. (Năm tới, tôi sẽ đi Madrid để học.)

- Trong một vài trường hợp, thì hiện tại được xử dụng với giá trị ra lệnh, đi kèm với dấu cảm thán. Ví dụ:

¡Ahora mismo te vas de aquí! (Anh đi ra ngay!)

- Cách chia tùy thuộc vào những vần **- ar, - er, -ir** của động từ và các đại từ nhân xưng ở các ngôi. Ví dụ:

Động từ nguyên mẫu chưa chia và tận cùng **- ar**: **Amar** (yêu)

và được chia như sau:

amo (tôi yêu) (ngôi thứ nhất số ít) (-o)

amas (anh / chị / em / bạn yêu) (ngôi thứ hai số ít) (-as)

ama (cô ấy / anh ấy / em ấy yêu) (ngôi thứ ba số ít) (-a)

amamos (chúng ta yêu) (ngôi thứ hai số nhiều) (-os)

amáis (các bạn yêu) (ngôi thứ hai số nhiều) (- áis)

aman (họ yêu) (ngôi thứ ba số nhiều) (-an)

- Cũng như vậy theo thứ tự các đại từ nhân xưng ở các ngôi, ta sẽ chia động từ tận cùng bằng **- er**:

Động từ nguyên mẫu chưa chia: **Temer** (sợ)

temo (tôi sợ) (-o)

temes (anh / chị / em sợ) (-es)

teme (anh ấy / chị ấy / em ấy sợ) (-e)

tememos (chúng ta sợ) (- emos)

teméis (các anh / các chị / các em / các bạn sợ) (- éis)

temen (họ sợ) (-en)

- Động từ tận cùng bằng **- ir**:

Động từ nguyên mẫu chưa chia: **abrir** (mở)

abro (tôi mở) (-o)

abres (anh / chị / em mở) (-es)

abre (anh ta / chị ấy mở) (-e)

abrimos (chúng ta mở) (-imos)

abrís (các anh / các chị / các em / các bạn mở) (-ís)

abren (họ mở) (-en)

- Ngoài ra, có những động từ bất bình thường không chia theo qui tắc đó, ví dụ:

• **Jugar** (chơi)

juego (tôi chơi)

juegas (anh chơi)

juega (anh ấy chơi)

jugamos (chúng ta chơi)

jugáis (các bạn chơi)

juegan (họ chơi)

Chú ý: (**u** đổi thành **ue** ở ngôi thứ nhất số ít, ngôi thứ hai số ít, ngôi thứ ba số ít và ngôi thứ ba số nhiều)

• **ser** (là)

soy (tôi là)

eres (anh là)

es (anh ta là)

somos (chúng ta là)

sois (các anh là)

son (họ là)

• **reír** (cười)

río (tôi cười) (-o)

ríes (anh / chị / em cười) (- íes)

ríe (anh ta / chị ấy cười) (-íe)

reímos (chúng ta cười) (-

reís (các anh / các chị / các em cười)

ríen (họ cười)

Chú ý: (**e** đổi thành **i** ở ngôi thứ nhất số ít, ngôi thứ hai số ít, ngôi thứ ba số ít và ngôi thứ ba số nhiều)

Có nhiều động từ bất qui tắc thường thì nên học thuộc để có thể xử dụng trong nói và viết.

• THÌ QÚA KHỨ KHÔNG HOÀN THÀNH Ở DẠNG CHỈ ĐỊNH (PRETÉRITO IMPERFECTO DE INDICATIVO)

Diễn tả một hành động xảy ra trong qúa khứ. Có ba trường hợp:

- Hành động chiêm nghiệm xảy ra trong qúa khứ và kéo dài. Ví dụ:

Cuando éramos jóvenes, sólo queríamos pasarlo bien. (Khi chúng tôi còn trẻ, chúng tôi chỉ muốn vui chơi.)

- Hành động xảy ra trong qúa khứ và lập đi lập lại nhiều lần. Ví dụ:

Por la mañana iba a una academia de idiomas. (Vào buổi sáng tôi đã thường đi đến một trường ngôn ngữ.)

- Diễn tả một sự miêu tả trong qúa khứ. Ví dụ:

Mi abuela era guapa, tenía pelo blanco y siempre estaba de buen humor. (Bà ngoại tôi rất đẹp, bà có mái tóc bạc và lúc nào cũng vui vẻ.)

Với những động từ **querer, poder,** thì hiện tại không hoàn thành dùng để diễn tả một sự lịch sự. ví dụ:

Quería pedirle un favor. (Em muốn nhờ anh một việc.)

Ya podías tocar un poco el piano. (Bây giờ bạn có thể chơi piano một chút.)

- Ví dụ về cách chia các động từ tận cùng bằng - ar, - er, -ir:

-AR

TRABAJAR (làm việc)

trabajaba (tôi làm việc) - **aba**

trabajabas (anh làm việc) - **abas**

trabajaba (anh ấy làm việc) - **aba**

trabajábamos (chúng ta làm việc) - **ábamos**

trabajabais (các anh làm việc) - **abais**

trabajaban (họ làm việc) – **aban**

-ER

COMER (ăn)

comía (tôi ăn) - **ía**

comías (anh ăn) - **ías**

comía (anh ấy ăn) - **ía**

comíamos (chúng ta ăn) - **íamos**

comíais (các anh ăn) - **íais**

comían (họ ăn) – **ían**

- IR

VIVIR (sống)

vivía (tôi sống) **- ía**

vivías (anh sống) - **ías**

vivía (anh ấy sống) **- ía**

vivíamos (chúng ta sống) **- íamos**

vivíais (các anh sống) - **íais**

vivían (họ sống) – **ían**

- Những động từ bất qui tắc (irregulares):

SER (là)

era (tôi là)

eras (anh là)

era (anh ấy là)

éramos (chúng ta là)

erais (các anh là)

eran (họ là)

IR (đi)

iba (tôi đi)

ibas (anh đi)

iba (anh ấy đi)

íbamos (chúng ta đi)

ibais (các anh đi)

iban (họ đi)

• THÌ QÚA KHỨ KHÔNG XÁC ĐỊNH Ở DẠNG CHỈ ĐỊNH (PRETÉRITO INDEFINIDO DE INDICATIVO):

- Diễn tả một hành động động xảy ra trong qúa khứ dựa vào hai trường hợp. Thứ nhất là một đã kết thúc. Ví dụ:

Cuando terminó la televisión, nos fuimos a dormir. (Khi ti vi vừa tắt thì chúng tôi đã đi ngủ.)

Thứ hai, đó là một hành động duy nhất. Ví dụ:

Yo nací en 1938. (Tôi sinh năm 1938.)

- Ví dụ về cách chia các động từ tận cùng bằng **- ar, - er, -ir:**

-AR

TRABAJAR (làm việc)

trabajé (tôi đã làm việc) **- é**

trabajaste (anh / chị / em đã làm việc) **- aste**

trabajó (anh ấy, chị ấy đã làm việc) **- ó**

trabajamos (chúng ta đã làm việc) **- amos**

trabajasteis (các anh / các chị / các bạn đã làm việc) **-asteis**

trabajaron (họ đã làm việc) **–aron**

-ER

COMER (ăn)

comí (tôi đã ăn) **- í**

comiste (anh / chị / em đã ăn) **- iste**

comió (anh ấy / chị ấy đã ăn) **- ió**

comimos (chúng ta đã ăn) **- imos**

comisteis (các anh / các chị / các bạn đã ăn) **- isteis**

comieron (họ đã ăn) **– ieron**

-IR

VIVIR (sống)

viví (tôi đã sống) - **í**

viviste (anh đã sống) - **iste**

vivió (anh ấy đã sống) - **ió**

vivimos (chúng ta đã sống) - **imos**

vivisteis (các anh đã sống) - **isteis**

vivieron (họ đã sống) – **ieron**

Những động từ bất qui tắc được chia theo các ngôi thứ của các đại từ nhân xưng của thì qúa khứ không xác định:

Andar (đi bộ): anduve, anduviste, anduvo, anduvimos, anduvisteis, anduvieron

Caber (vừa vặn): cupe, cupiste, cupo, cupimos, cupisteis, cupieron

Conducir (lái xe): conduje, condujiste, condujo, condujimos, condujisteis, condujeron

Decir (nói): conduje, condujiste, condujo, condujimos, condujisteis, condujeron

Estar (ở): estuve, estuviste, estuvo, estuvimos, estuvisteis, estuvieron

Haber: hube, hubiste, hubo, hubimos, hubisteis, hubieron

Hacer (làm): hice, hiciste, hizo, hicimos, hicisteis, hicieron

Ir / ser (đi / là): fui, fuiste, fue, fuimos, fuisteis, fueron

poder (có thể): pude, pudiste, pudo, pusimos, pusisteis, pusieron

Querer (muốn, thích): quise, quisiste, quiso, quisimos, quisisteis, quisieron

Traer (mang): traje, trajiste, trajo, trajimos, trajisteis, trajeron

Tener (có): tuve, tuviste, tuvo, tuvimos, tuvisteis, tuvieron

Venir (đến): vine, viniste, vino, vinimos, vinisteis, vinieron

• THÌ QUÁ KHỨ HOÀN THÀNH Ở DẠNG CHỈ ĐỊNH (EL PRETÉRITO PERFECTO DE INDICATIVO):

- Diễn tả một hành động đã chấm dứt trong qúa khứ nhưng vẫn còn liên quan tới khoảng thời gian của người đang nói. Ví dụ:

Hoy ha llovido mucho. (Hôm nay trời mưa nhiều.)

-Thường thì nó được dùng với các thuật nghữ thời gian như: **hoy** (hôm nay), **hasta ahora** (cho đến bây giờ), **esta mañana** (sáng nay), **esta semana** (tuần nay), **este mes** (tháng nay), **este año** (năm nay) ...Ví dụ:

Esta mañana, he estado en el parque. (Sáng nay, tôi đã ở công viên.)

- Thì hiện tại hoàn thành còn có thể diễn tả một hành động hay một sự việc đã chấm dứt trong qúa khứ nhưng vẫn còn kéo dài do tâm lý tình cảm của người nói. Ví dụ:

Hace seis años que ha muerto mi amiga. (Cách đây sáu năm ba tôi đã qua đời.)

trong khi thông thường thì câu này được xử dụng ở thì hiện tại không xác định:

Hace seis años que murió mi amiga.

- Thì hiện tại hoàn thành còn được xử dụng trong trường hợp khi một sự cố hay một sự việc xảy ra trog qúa khứ mà hậu qủa của nó vẫn còn liên quan đến hiện tại. Ví dụ:

¡Qué mal lo hemos pasado! (Thật tệ hại những gì chúng ta đã trải qua!)

La tormenta nos ha hecho mucho daño. (Cơn bão đã gây nhiều thiệt hại cho chúng ta.)

Cách chia động từ ở thì hiện tại hoàn thành:

Là **hiện tại** của động từ **haber** chia theo các ngôi thứ của các đại từ nhân xưng + **qúa khứ phân từ** của các động từ tận cùng bằng -**AR, -ER, -IR.** Ví dụ:

-AR

COMPRAR (mua)

he comprado (tôi đã mua)

has comprado (anh đã mua)

ha comprado (anh ấy / chị ấy / em ấy đã mua)

hemos comprado (chúng ta đã mua)

habéis comprado (các anh / các chị / các em đã mua)

han comprado (họ đã mua)

-ER

COMER (ăn)

he comido

has comido

ha comido

hemos comido

habéis comido

han comido

-IR

SALIR (ra ngoài)

he salido

has salido

ha salido

hemos salido

habéis salido

han salido

- Những động từ bất qui tắc khi chia ở dạng qúa khứ phân từ:

abrir (mở) = **abierto**

cubrir (đậy)= **cubierto**

decir (nói) = **dicho**

escribir (viết) = **escrito**

hacer (làm) = **hecho**

morir (chết) = **muerto**

poner (đặt) = **puesto**

reponer (thay thế) = **repuesto**

resolver (giải quyết) = **resuelto**

romper (làm vỡ) = **roto**

ver (thấy) = **visto**

volver (trở lại) = **vuelto**

• THÌ QÚA KHỨ HOÀN THÀNH KHÔNG TIẾP DIỄN Ở DẠNG CHỈ ĐỊNH (EL PRETÉRITO PLUSCUAMPERFECTO DE INDICATIVO):

- Diễn tả một hành động đã chấm dứt khi có một hành động khác vừa đến và xảy ra trong thời điểm qúa khứ. Ví dụ:

Cuando llegamos a su casa, él ya se había ido. (Khi chúng tôi đến nhà của anh ta, thì anh ta đã đi mất.)

- Cách chia thì qúa khứ hoàn thành không tiếp diễn:

Xử dụng **qúa khứ không hoàn thành** ở dạng chỉ định chia theo các ngôi thứ của các đại từ nhân xưng của động từ HABER + **qúa khứ phân từ** của các động từ tận cùng bằng -**AR, -ER, -IR.** Ví dụ:

-AR

COMPRAR (mua)

había comprado (tôi đã mua)

habías comprado (anh / chị đã mua)

había comprado (anh ta, chị ấy đã mua)

habíamos comprado (chúng ta đã mua)

habíais comprado (các anh / các chị / các bạn đã mua)

habían (họ đã mua)

-ER

COMER (ăn)

había comido

habías comido

había comido

habíamos comido

habíais comido

habían comido

-IR

SALIR (ra ngoài)

había salido

habías salido

había salido

habíamos salido

habíais salido

habías salido

habían salido

- Những động từ bất qui tắc khi chia ở dạng qúa khứ phân từ:

abrir (mở) = **abierto**

cubrir (đậy)= **cubierto**

decir (nói) = **dicho**

escribir (viết) = **escrito**

hacer (làm) = **hecho**

morir (chết) = **muerto**

poner (đặt) = **puesto**

reponer (thay thế) = **repuesto**

resolver (giải quyết) = **resuelto**

romper (làm vỡ) = **roto**

ver (thấy) = **visto**

volver (trở lại) = **vuelto**

• THÌ TƯƠNG LAI KHÔNG HOÀN THÀNH Ở DẠNG CHỈ ĐỊNH (EL FUTURO IMPERFECTO DE INDICATIVO)

- Diễn tả một hành động sắp xảy ra khi nói, thường đi liền với những thuật ngữ thời gian như mañana (ngày mai), el próximo mes (tháng tới) .... Ví dụ:

Mañana iré a tu casa. (Ngày mai sẽ em đến nhà chị.)

- Nhưng không phải lúc nào cũng chỉ định về thời gian, nó còn có thể xử dụng để diễn đạt một khả năng. Ví dụ:

Pedro estará ya en casa. (Pedro chắc bây giờ đã ở nhà.)

- Đôi khi, trong một vài trường hợp, nó còn được diễn tả với một cách thức ra lệnh hoặc cảm thán. Ví dụ:

No matarás. (Anh không được giết.)

No volverás a esta casa. (Anh đừng trở về nhà nữa.)

¡Será sinvergüenza! (Thật là mắc cỡ)

- Cách chia động từ của thì tương lai không hoàn thành ở dạng chỉ định:

Là thêm vào sau chữ **R** tận cùng của các động từ nguyên mẫu tùy theo các ngôi thứ của các đại từ nhân xưng các chữ **-é, ás, á, emos, éis, án.** Ví dụ:

-AR

COMPRAR (mua)

compraré (tôi sẽ mua)

comprarás (anh / chị / em sẽ mua)

comprará (anh ấy / chị ấy / em ấy sẽ mua)

compraremos (chúng ta sẽ mua)

compraréis (các anh / các chị / các em sẽ mua)

comprarán (họ sẽ mua)

- ER **-IR**

VER (thấy)	IR (đi)
Veré	iré
Verás	irás
Verá	irá
Veremos	iremos
Veréis	iréis
verán	irán

Ngoài ra còn động từ bất qui tắc:

caber (vừa vặn) = **cabr-**á, cabr-ás, cabr-á, cabr-emos, cabr-án

decir (nói) = **dir-**

haber (có) = **habr-**

hacer (làm) = **har-**

poder (có thể) = **podr-**

poner (đặt, để) = **pondr-**

querer (muốn) = **querr-**

reponer (thay thế) = **repondr-**

saber (biết) = **sabr-**

tener (có) = **tendr-**

valer (trị giá) = **valdr-**

salir (ra ngoài) = **saldr-**

• THÌ TƯƠNG LAI HOÀN THÀNH Ở DẠNG CHỈ ĐỊNH (EL FUTURO PERFECTO DE INDICATIVO):

- Diễn tả một hành động mà nó sẽ được hoàn thành hay kết thúc trong một thời điểm tương lai và xảy ra trước một hành động khác sẽ đến. Ví dụ:

Cuando llegues, ya habrá preparado la comida. (Khi nào em đến thì thức ăn đã được chuẩn bị).

- Thì tương lai hoàn thành còn diễn tả một khả năng, một dự đoán mà nó kết thúc hay hoàn thành ở qúa khứ. Ví dụ:

Ellos ya habrán llegado a casa. (Họ bây giờ chắc đã đến nhà.)

- Cũng như thì tương lai chưa hoàn thành, có khi nó không chỉ định về thời gian, mà chỉ định về dự đoán hay một khả năng. Ví dụ:

Si el suelo está mojado, habrá llovido. (Nếu mà cái nền nhà bị ướt, thì chắc trời đã mưa.)

Este cuadro lo habrá pintado algún aficionado. (Bức tranh này chắc đã được vẽ từ một người không chuyên nghiệp.)

- Cách chia thì tương lai hoàn thành ở dạng chỉ định:

-AR	-ER	-IR
COMPRAR (mua)	VER (thấy)	IR (đi)
habré comprado	habré visto	habré ido
habrás comprado	habrás visto	habrás ido
habrá comprado	habrá visto	habrá ido
habremos comprado	habremos visto	habremos ido
habréis comprado	habréis visto	habréis ido
habrán comprado	habrán visto	habrán ido

- **THÌ HIỆN TẠI Ở DẠNG GIẢ THIẾT (PRESENTE DE SUBJUNTIVO)**

- Diễn tả một hành động, một sự việc chưa được khẳng định, một nghi vấn, một khả năng, một ước muốn có liên quan đến thời điểm của người nói, thời điểm qúa khứ và thời điểm tương lai. Ví dụ:

Thời điểm hiện tại: **Tal vez esté mi padre en casa.** (Có lẽ cha tôi đang ở nhà.)

Thời điểm tương lai: **Tal vez venga mi padre. (Có lẽ cha tôi sẽ đến)**

- Cách chia động từ của thì hiện tại ở dạng giả thiết:

Động từ nguyên mẫu tận cùng bằng **- AR** sẽ được thay thế bằng -**E**

Động từ nguyên mẫu tận cùng bằng - **ER** sẽ được thay thế bằng **-A**

Động từ nguyên mẫu tận cùng bằng **- IR** sẽ được thay thế bằng **-A**

Ví dụ:

-AR	**- ER**	**- IR**
ESTUDIAR (học)	BEBER (uống)	ABRIR (mở)
estudie	beba	abra
estudies	bebas	abras
estudie	beba	abra
estudiemos	bebamos	abramos
estudiéis	babáis	abráis
estudien	beban	abran

- Những động từ bất qui tắc (Verbos irregulares):

DAR (đưa)

dé

des

dé

demos

deis

den

ESTAR (ở)

esté

estés

esté

estemos

estéis

estén

HABER (có)

haya

hayas

haya

hayamos

hayáis

hayan

SABER (biết)

sepa

sepas

sepa

sepamos

sepáis

sepan

SER (là)

sea

seas

sea

seamos

seáis

sean

IR (đi)

vaya

vayas

vaya

vayamos

vayáis

vayan

• Ghi chú:

- Động từ ở thì hiện tại ở dạng giả thiết thường đi liền với những liên từ **quizá** (có lẽ), **tal vez** (có lẽ), **posiblemente** (có thể), **ojalá** (hy vọng) ...

- **Creo que + indicativo**:

Creo que él ha encontrado ya trabajo. (Tôi nghĩ rằng anh ta đã tìm được công việc.)

- **No creo que + subjuntivo**:

No creo que él haya encontrado ya trabajo. (Tôi không nghĩ rằng anh ta đã tìm được công việc.)

- Recuerdo, aconsejar, decir, dudar, esperar, mandar, pedir, prohibir, recomendar, rogar, suplicar + **que** + **subjuntivo**. Ví dụ:

Dicen que esperen. (Họ nói là họ chờ đợi.)

Espero que vengan. (Tôi mong rằng họ sẽ đến.)

Te pido que trabajes. (Tôi yêu cầu anh làm việc.)

Le recomiendo que escuche. (Tôi khuyên em nên lắng nghe.)

Me suplican que le reciba. (Họ khẩn cầu tôi nhận anh.)

- Liên từ **cuando + subjuntivo**:

Cuando + thì hiện tại ở dạng chỉ định (hành động nằm ở hiện tại). Ví dụ:

Cuando salgo la oficina, me voy a casa. (Khi ra khỏi văn phòng, tôi sẽ về nhà.)

- **Cuando** + thì hiện tại ở dạng giả thiết (hành động nằm ở tương lai). Ví dụ:

Cuando salga la oficina, me iré a casa. (khi ra khỏi văn phòng, tôi sẽ về nhà.)

● THÌ HIỆN TẠI HOÀN THÀNH Ở DẠNG GIẢ THIẾT (PRETÉRITO PERFECTO DE SUBJUNTIVO)

- Cách chia động từ của thì qúa khứ hoàn thành ở dạng giả thiết:

Hiện tại ở dạng giả thiết của động từ HABER + participio perfecto:

	HABER	CANTAR	PERDIR	SALIR
		-AR	-ER	-IR
(tôi)	haya	cantando	perdido	salido
(anh)	hayas	cantando	perdido	salido
(anh ấy)	haya	cantando	perdido	salido
(chúng ta)	hayamos	cantando	perdido	salido
(các anh)	hayáis	cantando	perdido	salido
(họ)	hayan	cantando	perdido	salido

- Những động từ xử dụng trong tình huống giả thiết:

agradecer, alegrarse de, no creer, dudar, esperar, extrañarse, lamentar, sentir, perdonar, tener miedo de, temer + que + subjuntivo

- Những thành nghữ xử dụng trong tình huống giả thiết:

quizá / tal vez + (no) es conveniente, (no) es importante, (no) es imprescindible, (no) es interesante que, (no) es necesario, (no) es posible, (no) es probable + que + subjuntivo

- Liên từ xử dụng trong tình huống giả thiết:

Antes (de) que: **Nos levantaremos antes de que salga el sol.** (Chúng ta sẽ thức dậy trước khi mặt trời mọc.)

Aunque: **Aunque llueva, iremos de excursión**. (Mặc dầu trời mưa, chúng ta sẽ đi tham quan.)

Cuando: **Cuando tenga dinero, me compraré un coche.** (Khi nào có tiền, tôi sẽ mua một chiếc xe.)

Después (de) que: **Después (de) que escriba la carta, la echaré al correo.** (Khi nào viết thư xong thì tôi sẽ đi gởi.)

Hasta que: **Esperaremos hasta que venga Ana**. (Chúng ta sẽ đợi cho đến khi nào Ana đến.)

Mientras (que): **Mientras haya nieve, podremos ir a esquiar.** (Trong khi đang có tuyết, chúng ta sẽ đi trượt tuyết.)

Para que: **Te lo digo para que lo sepas.** (Em nói với anh để anh biết điều đó.)

Tan pronto como: **Tan pronto como lo sepa, te lo diré**. (Ngay sau khi tôi biết, tôi sẽ nói nó với bạn.)

Sin que: **Yo no me marcho sin que usted me dé una explicación**. (Tôi sẽ không đi nếu ông không cho tôi một lời giải thích."

- Ghi chú: Những liên từ **excepto, antes que, para que y sin que** cũng được xử dụng ở dạng chỉ định, trong trường hợp này nó chỉ định một hành động xảy ra trong hiện tại hay nó đã được thực hiện, con trong trường hợp giả thiết thì nó diễn tả một hành động sẽ xảy ra trong tương lai hoặc chỉ là một giả thiết.

- Những ví dụ về liên từ và giả thiết:

¿Hasta cuándo esperamos aquí? (Chúng ta đợi ở đây đến khi nào?)

- Hasta que deje de llover. (Cho tới khi trời tạnh mưa.)

¿Cuándo me escribirás? (Khi nào thì em viết cho anh?)

- Cuando llegué a Paris. Khi em đến Paris.

¿Cuándo saldréis de viaje? (Khi nào thì các bạn đi du lịch?)

- Antes (de) que amanezca. (Trước khi trời sáng.)

¿Cuándo os casaréis? (Khi nào các bạn cưới?)

- Tan pronto como nos hayan terminado la casa. (Ngay sau khi chúng tôi hoàn thành xong ngôi nhà.)

¿Cuándo me contarás todo? (Khi nào em kể cho tôi nghe hết?)

- Después (de) que haya hablado con ella. (Ngay sau khi nói chuyện với cô ấy.)

¿Cuándo te irás a casa? (Khi nào thì em về nhà?)

- Cuando haya terminado el trabajo. (Khi em làm xong việc.)

¿Cuándo hay que echar la sal? (Khi nào thì bỏ muối?)

- Antes (de) que empiece a hervir el agua. (Khi nào nước bắt đầu sôi.)

• THÌ QÚA KHỨ KHÔNG XÁC ĐỊNH Ở DẠNG GIẢ THIẾT (PRETÉRITO IMPERFECTO DE SUBJUNTIVO)

- Thì hiện tại không xác định ở dạng giả thiết có thể diễn đạt ở các thời điểm qúa khứ, hiện tại và tương lai. Ví dụ:

Qúa khứ: Tal vez estuvieras ayer en casa a estas horas. (Có lẽ anh đã ở nhà hôm qua vào giờ này.)

Presente: ¡Ojalá estuvieran ahora mis amigos en el bar! (Có lẽ giờ này bạn tôi đang ở bar!)

Futuro: ¡Ojalá nevara mañana! (có lẽ ngày mai sẽ có tuyết.)

- Cách chia động từ hợp qui tắc của thì qúa khứ không xác định ở dạng giả thiết:

- AR	-ER	-IR
CANTAR (hát)	TEMER (sợ)	PARTIR (ra ngoài)
cant-ara / ase	tem-iera / iese	part-iera / iese

cant- aras / ases	tem-ieras / ieses	partieras / ieses
cant-ars / ase	temiera / iese	part-iera / iese
cant-áramos / ásemos	te-iéramos / iésemos	part-iéramos / iésemos
cant-arais / aseis	te-ierais / ieseis	part-ierais / ieseis
cant-aran / asen	tem- ieran / iesen	part-ieran / iesen

• CÂU ĐIỀU KIỆN ĐƠN GIẢN (ORACIONES CONDICIONALES SIMPLES):

- Diễn tả một hành động xảy ra sau một hành động khác. Ví dụ:

Si viniera a casa, le daría el regalo. (Nếu em đến nhà, anh sẽ đưa gói qùa cho em.)

Aunque estuvieras enfermo, no me separaría de ti. (Mặc dầu em bịnh, nhưng anh sẽ không xa rời em.)

- Ngoài ra nó còn diễn tả một phương thức tiềm năng hay một ước đoán. Ví dụ:

Sería las cinco cuando llegó. (Khoảng năm giờ lúc anh ta đến)

Sería muy inteligente, pero lo suspendieron. (Chắc chắn là anh ta rất thông minh, nhưng họ đã cho anh ta rớt.)

- Cách chia động từ ở dạng điều kiện đơn giản:

COMPRAR (mua)	**SER** (là)	**IR** (đi)	
comprar-ía	ser-ía	ir-ía	-ÍA
comprar-ías	ser-ías	ir-ías	-ÍAS

comprar-ía	ser-ía	ir-ía	-ÍA
comprar-iamos	ser-íamos	ir-íamos	-ÍAMOS
comprar-íais	ser-íais	ir-íais	-ÍAIS
compran-ían	ser-ían	ir-ían	-ÍAN

- Những động từ bất qui tắc của câu điều kiện đơn gản ở dạng giả thiết:

CABER	→	CABR	→	--ÍA
DECIR	→	DIR	→	-ÍAS
HACER	→	HAR	→	-ÍA
HABER	→	HABR	→	- ÍAMOS
PODER	→	PODR	→	-ÍAIS
PONER	→	PONDR	→	-ÍAN
QUERRER	→	QUERR –		
TENER	→	TENDR-		
VALER	→	VALDR-		
VENIR	→	VENDR-		

• **CÂU ĐIỀU KIỆN GIẢ THIẾT (ORACIONES CONDICIONALES IRREALES):**

CÂU VỊ NGHỮ (or. subordinada) CÂU CHỦ NGHỮ (or. principal)

- Si...+ imperfecto simple ....Condicional simple

Si tuviera tiempo ....iría a verte

Si tuviese tiempo.......................................iría a verte

- Si + pretérito pluscuamperfecto de subjuntivo de HABER +Participio perfecto del verbo conjugado.

HABER	-AR	-ER	-IR
hubiera / hubiese	→ solucionado / leído / salido		
hubieras / hubieses			
hubiera / hubiese			
hubiéramos / hubiésemos			
hubierais / hubieseis			
hubieran / hubiesen			

Ví dụ:

Si hubiera tenido dinero, habría ido de excursión. (Nếu mà có tiền thì tôi đã đi tham quan.)

- **CÂU ĐIỀU KIỆN HỖN HỢP (CONDICIONAL COMPUESTO):**

- Điều điện đơn giản của động từ HABER + qúa khứ phân từ của các động từ nguyên mẫu (Condicional simple de HABER + Participio perfecto de verbo conjugado)

HABBER	-AR	-ER	-IR
habría salido	solucionado /	leído /	
habrías			
habría			
habríamos			
habríais			
habrían			

• **SƠ ĐỒ CỦA CÂU ĐIỀU KIỆN (ESQUEMA DE LA FRASE CONDICIONAL)**

CONDICIONAL REAL:

- Presente:

Si tengo dinero voy de excursión. (Nếu có tiền tôi sẽ đi tham quan.)

Si tengo dinero iré de excursión. (Nếu có tiền tôi sẽ đi tham quan.)

- pasado:

Si ha llegado dímelo. (Nếu anh ta đã đến thì nói với tôi.)

Si ha llegado lo habrán visto. (Nếu cô ấy đã đến thà họ đã thấy.)

Si ha llegado estará en casa. (Nếu anh ta đã đến thì chắc đang ở nhà.)

CONDICIONAL IRREAL:

- Presente:

Si tuviera / tuviese dinero, iría de excursión. (Nếu có tiền, tôi sẽ đi tham quan.)

- Pasado:

Si hubiera / hubiese tenido dinero habría ido de excursión. (Nếu có tiền thì thôi đã đi tham quan)

Si hubiera ido de excursión no estaría ahora aquí. (Nếu tôi đã đi tham quan thì tôi đã không còn ở đây.)

DIỄN GIẢI MỘT MONG MUỐN (EXPRESA UN DESEO):

Me gustaría, desearía, preferiría, querría, quisiera + que + imperfecto de subjuntivo

Ví dụ:

Me gustaría que viniera con nosotros de excursión. (Tôi mong muốn em sẽ đi tham qua với chúng tôi.)

f) CÁC LOẠI ĐỘNG TỪ (CLASES DE VERBOS)

• **Động từ hoàn thành và động từ không hoàn thành** (Verbos perfectivos e imperfectivos):

- Động từ hoàn thành chỉ định một kết luận hay một sự kết thúc trong ý nghĩa hành động của nó. Ví dụ:

morir (chết), **llegar** (đến), **entrar** (đi vào)

- Động từ không hoàn thành chỉ định một sự kéo dài trong ý nghĩa hành động của nó. Ví dụ:

pasear (đi dạo), **cantar** (hát), **amar** (yêu)

• **Động từ khiếm khuyết** (Verbos defectivos):

Là những động từ không được xử dụng hết trong các trường hợp chia động từ. Ví dụ:

abolir (bãi bỏ) → chỉ được xử dụng dưới hình thức đi cùng với nguyên âm i: abolió, abolía, aboliendo (chứ không abolo, abolas)

• **Động từ phản thân** (Verbos pronominales, o verbos reflexivos):

- Là những động từ luôn đi kèm với những đại từ nhân xưng tương ứng. Ví dụ:

arrepentirse (hối hận), **quejarse** (ca thán)

- Cũng có những động từ có khi đi kèm với đại từ, có khi không. Ví dụ:

dormirse / dormir (ngủ), **marcharse / marchar** (bỏ đi)

g) CỤM ĐỘNG TỪ (PERÍFRASIS VERBALES):

- Là những động từ đi liền với nhau từ hai hoặc hơn nữa. Ví dụ:

Tengo que ir (tôi phải đi)

Se lo tengo dicho (Tôi đã phải nói điều ấy với anh ta.)

Está viniendo. (Anh ta đang đến.)

● Cụm động từ có thể đi liền các động từ một cách trực tiếp hoặc không trực tiếp bằng cách nối liền với nhau bằng một giới từ hay một liên từ. Ví dụ:

Trực tiếp: **puede llover** (có thể mưa), **suele ocurrir** (thường xảy ra)

Nối liền bởi giới từ: **empieza a llover** (vừa bắt đầu mưa), **ha de saberse** (vừa mới biết)

Nối liền bởi liên từ: **tiene que llover** (phải có mưa), **habrá que ir** (sẽ phải đi)

● **Những cụm động từ đi liền với gerundio (trạng động từ):**

andar, acabar, empezar, estar, ir, llevar, seguir / continuar, venir, terminar + gerundio. Ví dụ:

Él **anda dando** recitales por todas partes. (Ông ta đi bộ đọc bài khắp nơi.)

Acabamos cenando en un restaurante chino. (Chúng tôi vừa mới ăn ở nhà hàng Tàu.)

El **empezó hablando** de... (Ông ta đã bắt đầu nói về...)

Estoy leyendo una novela. (Tôi đang đọc một cuốn tiểu thuyết.)

El enfermo **va mejorando**. (Người bệnh đang khỏe dần hơn.)

Llevo conduciendo todo el día. (Tôi đã lái xe cả ngày.)

Siguieron / continuaron bailando hasta las doce. (Họ đã tiiếp tục nhảy cho đến mười hai giờ.)

¿Qué **has venido haciendo** hasta ahora? (Em đến đây làm gì cho đến tận bây giờ.)

Terminaron hablando de política. (Họ đã ngưng nói về chính trị.)

● **Phân loại cụm động từ:**

- Cụm động từ nguyên mẫu mang theo động từ chính với một động từ nguyên mẫu. Ví dụ:

Ha de llover. (Trời phải mưa.)

Debe de estar en casa (Hắn phải đang ở nhà.)

- Cụm trạng động từ mang theo động từ chính với một trạng động từ. Ví dụ:

Lleva nevando toda la noche. (Tuyết đã rơi cả đêm.)

Estaba lloviendo. (Trời đã đang mưa.)

- Cụm phân động từ mang động từ chính với một phân động từ. Ví dụ:

Lleva leída tres páginas. (Anh ta đã đọc ba trang.)

Te lo **tengo dicho**. (Tôi đã nói với anh điều đó.)

h) NHỮNG ĐỘNG TỪ BẤT QUI TẮC:

A

Abastecer (cung cấp, cung ứng)

ablandecer (làm mềm, làm dịu)

abnegarse (hy sinh)

abolir (bãi chức, xóa bỏ, bãi bỏ)

aborrecer (thù ghét)

abrir (mở)

absolver (xóa án)

abstenerse (tự kiềm chế, kiêng cữ)

abstraer (trừu tượng hóa)

acaecer (xảy ra)

acertar (nhắm trúng)

acontecer (xảy ra, phát sinh)

acordar (đồng ý)

acostar (ngủ, ngả lưng)

acrecentar (tăng cường, tăng lên)

acrecer (tăng)

adherir (gắn bó, dính chặt, gắn chặt lại)

adolecer (đau bệnh, mắc bệnh)

adormecer (ru ngủ)

adquirir (đạt được, giành được)

adscribir (đăng ký, thâu nhận)

aducir (thêm bớt)

advenir (đến)

advertir (cảnh cáo)

aferrar (nắm chặt, buộc chặt)

afluir (chảy vào, đổ vào)

aforar (đo)

agorar (báo điềm)

agradecer (cám ơn)

agredir (xâm lược)

ahincar (làm cho cương quyết)

airar (phẩn nộ, giận)

aislar (xa lánh, cách ly)

alborear (rạng đông)

alentar (khuyến khích, động viên, cổ vũ)

aliar (liên kết, liên minh)

almorzar (ăn trưa)

amanecer (rạng đông)

amortecer (làm giảm hay là cho ít sống động hơn)

ampliar (mở rộng, khuyếch đại)

andar (đi bộ)

anochecer (làm tối trời)

ansiar (khao khát)

anteponer (đặt lên trên)

apacentar (ăn cỏ)

aparecer (xuất hiện, hiện lên)

apetecer (muốn)

apostar (cá cược)

apretar (gõ chặt, đóng chặt, bó chặt)

aprobar (tán thành, thông qua, đồng ý, cho phép)

arcaizar (tìm kiếm)

argüir (tranh luận)

aridecer (làm cho khô cằn, làm cằn cỗi)

arrendar (cho vay lấy lãi)

arrepentirse (hối hận, ân hận, ăn năn)

arriar (hạ cờ hay thả buồm xuống; làm lỏng một cái dây; làm ngập lụt)

ascender (đi lên, làm lên cao)

asentar (ngồi xuống, đặt, để, làm cho trơn, điều chỉnh)

asentir (đồng ý, thỏa thuận)

aserrar (cưa)

asir (vồ lấy, nắm lấy, quặp lấy)

asolar (san bằng, hủy hoại; ngưng tụ lại)

asolar (làm khô cằn)

aspaventar (làm cho ai đó cảm thấy sợ)

atañer (làm liên quan)

atardecer (hoàng hôn xuống)

ataviar (trang điểm, trang sức)

atender (chú ý, lắng nghe, quan tâm, săn sóc; tiếp đãi, đáp ứng)

atenerse (kiên trì; đưa vào)

atentar (làm việc bất chính, âm mưu, có ý đồ gây ra tội lỗi)

aterirse (bị lạnh, bị cóng)

aterrar (làm cho sợ, làm cho khủng khiếp)

aterrar (đổ cái gì đó xuống nền)

atestar (làm đầy, làm tăng)

atestar (làm cho chán)

atestiguar (làm chứng, chứng minh; đề xuất chứng cứ)

atraer (hấp dẫn, hút vào, thu phục lòng người)

atravesar (cắt ngang, chạy ngang)

atribuir (đổ lỗi, buộc tội, qui tội; khôi phục lại quyền lợi)

atronar (làm điếc, làm choáng váng, làm nhức óc)

autografiar (ký tên)

avenir (điều chỉnh, hòa giải; phát sinh, xảy ra; đồng ý, nhất trí)

aventar (làm nổi gió)

avergonzar (làm xấu hổ)

averiar (làm hư hỏng, làm tổn hại)

aviar (dàn xếp, thu xếp)

B

balbucir (nói ấp úng, nói bập bẹ)

bendecir (ban phước, cầu mong, ca tụng)

biografiar (viết tiểu sử)

blandir (vung, múa, di động)

blanquecer (làm trắng bóng, trắng xóa)

bruñir (làm bóng)

bullir (sôi lên, sủi bọt; di động)

C

caber (chứa đựng; vừa, phù hợp)

cablegrafiar (đánh điện báo, truyền điện tính)

caer (rơi xuống, rụng xuống, ngã xuống)

calcografiar (khắc)

calentar (đun nóng, đốt nóng; cổ vũ; quyến rũ)

caligrafiar (viết nắn nót)

carecer (thiếu)

cartografiar (vẽ bản đồ)

cegar (làm mù mắt)

ceñir (thắt lại, bó chẹt lại)

cerner (rây, sàng bớt, làm cho trong sạch)

cernir (giần, sàng, vẩy bột, sàng lọc)

cerrar (đóng lại, khóa lại)

cimentar (đổ móng, đặt nền; đặt cơ sở, thiết lập)

cinematografiar (quay phim)

circunceñir (cắt bao qui đầu)

circunferir (giới hạn chung quanh, vẽ chu vi)

circunscribir (vẽ đường ngoại tiếp, phân chia giới hạn)

clarecer (trời sáng)

cocer (nấu ăn)

cohibir (hạn chế, cản trở, kìm hãm)

colar (lọc, tẩy; đi qua hoặc bỏ vào một chỗ hẹp)

colegir (thu thậ, chọn lọc)

colgar (treo)

comedir (hòa nhã, ôn hòa)

comenzar (bắt đầu)

compadecer (thông cảm, chia xẻ nổi buồn)

comparecer (trình diện, xuấ trình, ra tòa)

competir (cạnh tranh, tranh giành, thi đấu)

complacer (làm hài lòng, làm cho vui sướng)

componer (hợp thành, cấu tạo thành, sáng tác)

comprobar (xác thực, chứng thực, chứng minh, đối chứng)

concebir (có thai, thụ thai)

concernir (liên can)

concertar (sắp xếp, sắp đặt)

concluir (kết luận)

concordar (nhất trí, phù hợp, hòa âm)

condescender (nể nang, chiều lòng)

condolecerse (chia buồn)

condoler (chia buồn)

conducir (lái xe)

conferir (so sánh, đối chiếu)

confesar (thú nhận, xưng tội)

confiar (tin tưởng, hy vọng)

confluir (hợp lưu, sông ngòi gặp nhau)

conmover (làm rung động)

conocer (biết, hiểu biết)

conseguir (dành được, thu được, đạt được)

consentir (bằng lòng, ưng thuận, thừa nhận)

consolar (an ủi)

constituir (thành lập)

constreñir (cưỡng ép, bắt buộc)

construir (xây dựng)

contar (đếm, kể chuyện)

contender (đánh chau, cãi nhau, tranh giành)

contradecir (cải lại, nói ngược lại)

contraer (thu hẹp, rút ngắn)

contraponer (so sánh, đối chiếu)

contrariar (phản đối, chống đối)

contravenir (vi phạm)

contribuir (đóng góp, góp phần)

controvertir (thảo luận, bàn luận, tranh luận)

convalecer (điều trị, tăng cường)

convenir (đồng ý, nhất trí, phù hợp)

convertir (biến thành, hóa thành, thay thế)

coproducir (đồng sản xuất)

coreografiar (vũ đạo)

corregir (sửa chữa lỗi, đính chính)

corroer (hao mòn, làm mòn mỏi, hủy hoại dần)

costar (trị giá)

crecer (trưởng thành, lớn lên, mọc lên)

creer (tin, tín ngưỡng)

criar (nuôi nấng, nuôi dưỡng)

cubrir (che đậy, phủ lên)

CH

chirriar (kêu cọt kẹt)

D

dar (cho, đưa)

decaer (suy sụp, suy nhược)

decir (nói)

decrecer (giảm xuống, hạ xuống)

deducir (suy luận, suy đoán)

defender (bảo vệ, phòng ngự)

degollar (chặt đầu)

demoler (phá hoại, phá hủy)

demostrar (chứng minh, biểu thị)

denegar (phủ nhận, từ chối, khước từ)

denostar (chửi rủa, làm nhục)

dentar (làm răng)

deponer (tước đoạt, hạ xuống)

derretir (làm nóng chảy, yêu tha thiết)

derruir (phá hủy)

desafiar (thách thức)

desalentar (làm nhụt nhuệ khí)

desaparecer (biến mất, mất tích)

desaprobar (không tán thành, không đồng tình)

desasosegar (lo lắng, mất yên tĩnh)

desatender (không chú ý, lơ đễnh)

descafeinar (khử cà phê)

descarriar (tránh qua)

descender (đi xuống; bắt nguồn, xuất thân)

descolgar (hạ xuống, tụt xuống, rơi xuống)

descomponer (hủy hoại, phân hóa)

desconcertar (đảo lộn trật tự, làm cho nhầm lẫn)

desconfiar (không tín nhiệm, nghi ngờ)

desconocer (không biết, không nhận thức được, không thừa nhận)

desconsolar (thiếu sự an ủi, hắt hủi, làm cho đau khổ)

describir (miêu tả)

descubrir (khám phá, phát hiện, tìm ra)

desdecir (không nghe lời, cãi lại)

desdentar (nhổ răng)

desempedrar (bỏ cột)

desentenderse (làm thinh, không chú ý)

desenterrar (đào lên, bới ra)

desentumecer (làm cho hết tê cóng, làm ấm lên)

desenvolver (phát triển, tiến triển, diễn biến)

desfallecer (suy nhược, bất tỉnh)

desfavorecer (bất lợi)

deshacer (phá hoại, phá hủy)

deshelar (tan băng gía)

desliar (gỡ sợi, gỡ rối)

deslucir (làm mờ)

desmembrar (phân chia)

desmentir (cải chính, bác bỏ)

desmerecer (không xứng đáng)

desobedecer (không nghe lời, không phục tùng)

desoír (lơ đễnh, không chú ý)

desollar (lột da)

desosar (đập dập xương, rút xương)

despedir (tiễn đưa, đuối đi)

despertar (thức, thức tỉnh, thức tỉnh, tỉnh ngủ)

desplegar (mở ra, trải ra, triển khai, biểu lộ)

despoblar (đuổi dân chúng)

desposeer (tước đoạt, từ bỏ)

desproveer (tước hết, lấy hết)

desteñir (làm phai màu)

desterrar (trục xuất; bỏ tổ quốc)

destituir (cách chức)

destruir (phá hoại, phá hủy, là tiêu tan)

desvanecer (làm tiêu tan, làm mờ, bay hơi)

desvariar (nổi càn, nổi bậy)

desvergonzarse (trơ tráo, không biết hổ thẹn)

desvestir (cởi truồng)

desviar (lạc đường, lạc hướng)

detener (giữ lại, bắt bớ, dừng lại)

devenir (xảy ra, diễn ra)

devolver (trả lại, hoàn lại)

diferir (hoàn lại; khác nhau)

difundir (làm chuyển, truyền đi)

digerir (tiêu hóa; xem xét kỹ lưỡng)

diluir (tràn ra, lan ra)

diluviar (mưa to)

discernir (phân biệt, nhận ra)

discordar (không đồng ý)

disentir (bất đồng)

disminuir (giảm đi, thu hẹp lại)

disolver (hòa tan; hủy bỏ)

disonar (giải thích)

disponer (xếp đặt, bố trí)

distender (làm căng)

distraer (giải trí, vui chơi)

distribuir (phân phối, phân bố, chia phần)

divertir (nghỉ ngơi, giải trí)

doler (làm cho đau, là cho bực tức; hối hận)

dormir (ngủ)

E

elegir (chọn, chọn lựa)

embebecer (vui chơi, giải trí; thấm nhuần)

embellecer (làm đẹp, tô điểm)

emblandecer (làm mềm)

emblanquecer (làm cho thành màu trắng)

embobecer (say sưa, say mê)

embravecer (làm cho phát khùng, nổi khùng)

embrutecer (làm cho dại khờ, làm ngu)

empecer (đình trệ)

empedrar (lát đá)

empequeñecer (làm nhỏ)

empezar (bắt đầu, khởi đầu)

empobrecer (làm nghèo)

enaltecer (tâng bốc, nâng cao)

enardecer (kích thích)

encallecer (chai dạ, dầy dặn)

encarecer (tăng gía, bán đắt)

encender (bật sáng, châm lửa; kích thích)

encerrar (giam cầm, giam giữ, ẩn dật)

encomendar (gửi gắm, khuyên nhủ)

encontrar (gặp gỡ, tìm thấy)

encordar (lắp dây dẫn)

encubrir (che đậy, che giấu)

endurecer (làm cho cứng)

enfervorecer (cổ vũ)

enflaquecer (làm cho gầy, yếu, suy nhược)

enfriar (làm lạnh, cảm lạnh)

enfurecer (làm tức giận)

engrandecer (mở rộng, tăng)

engreír (là cho kiêu căng)

enloquecer (làm cho điên)

enmendar (sửa chữa)

enmohecer (lên mốc, phủ đầy mốc)

enmudecer (bắt câm miệng, cấm)

ennegrecer (nhuộm đen)

ennoblecer (làm cho cao thượng)

enorgullecer (làm cho tự hào, tự kiêu, tự hào)

enrarecer (làm loãng, làm cho thưa, rụng bớt)

enriquecer (làm giàu, phát tài)

enrojecer (hơ đỏ, nướng đỏ)

ensangrentar (vấy máu, tức điên lên)

ensombrecer (làm tối tăm, che rợp bóng; buồn rầu)

ensordecer (làm điếc tai)

entender (hiểu, hiểu biết)

enternecer (làm mềm nhũn; làm mủi lòng)

enterrar (chôn cất, mai táng, ẩn dật)

entorpecer (cản trở; làm cho khờ dại)

entretener (giải trí, giải khuây)

entrever (thấy lờ mờ, nhìn thoáng qua; đoán thấy)

entristecer (làm cho buồn)

entumecer (làm tê dại)

envanecer (làm cho kiêu ngạo)

envejecer (làm cho già đi)

enviar (gửi, phái)

envilecer (làm đốn mạt, làm cho thấp hèn)

envolver (bao bọc, gói, che đậy)

equivaler (tương đương, đồng giá)

erguir (dựng đứng lên; ngạo nghễ, tự cao)

errar (phạm sai lầm, đi lang thang)

escabullirse (lăn tròn)

escampar (tạnh mưa, ngớt mưa, làm quang đãng)

escarchar (sương rơi)

escarmentar (trừng trị)

escarnecer (nhạo báng)

esclarecer (chiếu sáng, làm sáng tỏ, là nổi bật lên)

escocer (thấy đau rát, nhức nhối)

esforzar (cố gắng, nổ lực)

espiar (dò thám)

esquiar (trượt tuyết)

establecer (xây dựng, kiến thiết, đặt ra, qui định, xác định)

estar (ở tại)

estremecer (làm rung chuyển; làm rung động)

estriar (làm thành rãnh)

excluir (trừ ra, trừ bỏ, bãi bỏ)

expatriar (xa xứ)

exponer (biểu hiện, trình bày)

extasiarse (say sưa, mê man)

extender (mở ra, căng ra, mở rộng, kéo dài)

extraer (trích dẫn, lấy ra, rút ra)

extraviar (làm lạc đường, làm lầm lẫn)

F

fallecer (chết)

favorecer (chiêu đãi, ưu đãi, giúp đỡ, tán thành, làm ơn)

fenecer (kết thúc, kết liễu, tận số, chết)

fiar (bảo đảm, đảm bảo, tin cậy)

florecer (nở hoa, phồn vinh, thịnh vượng)

fluir (chảy, chảy ra)

fortalecer (tăng cường, làm cho mạnh thêm, làm cho vững vàng)

f**osforescer** (nuôi dưỡng)

fotografiar (chụp ảnh, tả một cách tỉ mỉ)

fregar (rửa, rửa ráy)

freír (chiên, rán)

G

gemir (than vãn, phàn nàn, rên sỉ)

gloriar (khen ngợi, ca tụng, tán dương)

gobernar (cai trị, lãnh đạo)

granizar (mưa đá, đổ ào ào, trút xuống ào ào)

guarecer (gìn giữ, trông coi, che chở, giữ mình, tự vệ)

guiar (dẫn đường, chỉ đường, điều khiển)

H

haber (có)

hacendar (nhượng gia tài, để lại tài sản)

hacer (làm, là việc)

hastiar (làm phiền muộn, quyấy nhiễu)

heder (làm hôi)

helar (làm đông lại, làm kinh ngạc)

hendir (làm nẻ ra, làm đứt)

herir (làm bị thương, làm tổn thương)

herrar (đóng móng ngựa)

hervir (nấu sôi)

holgar (nghỉ ngơi, lười biếng)

huir (trốn, bỏ trốn)

humedecer (làm cho ẩm ướt)

I

imbuir (thâm nhập váo)

impedir (ngăn cản, ngăn chặn, cản trở)

imponer (đánh thuế, bắt buộc)

imprimir (in, ấn loát, khắc sâu vào)

incensar (xông hương; nịnh hót)

incluir (bao quát, bao gồm)

incumbir (buộc tội)

indisponer (làm cho khó ở, làm cho khó ưa)

inducir (gây ra, khiêu khích, dẫn điện)

inferir (kết luận, suy luận, làm tổn thương, lăng mạ)

influir (làm ảnh, hưởng, gây tác dụng)

injerir (lắp ghép)

inmiscuir (trộn lẫn, hòa lẫn; nhúng vào, can thiệp)

inquirir (nghiên cứu, theo dõi)

inscribir (ghi, ghi khắc)

instituir (xây dựng, thiết lập)

instruir (giáo dục, huấn luyện, dạy dỗ)

interferir (giao thoa; gây trở ngại)

interponer (can thiệp)

intervenir (can thiệp, kiểm tra, kiểm soát)

introducir (đưa vào, giới thiệu, nhập đề)

intuir (lĩnh hội, nhận thức bằng trực giác)

inventariar (kê kai tài sản, hàng hóa)

invertir (lật ngược lại, đảo ngược)

ir (đi)

J

jipiar (khóc nghẹn ngào)

jugar (chơi, vui chơi, giải trí)

L

languidecer (yếu đuối, mất sinh khí, mất nghị lực)

leer (đọc)

liar (cuộn, bó lại)

litografiar (in lito, in bằng băn thạch)

lividecer (nhuộm màu xanh, tím mặt lại)

lucir (chiếu sáng, phát ra ánh sáng)

LL

llover (mưa)

lloviznar (mưa phùn, mưa nhẹ)

M

malcriar (dạy dỗ sai, làm cho hư hỏng)

maldecir (chửi rủa, nguyền rủa, thóa mạ, trách móc)

malentender (hiểu sai)

malherir (làm bị thương nặng)

malquerer (làm cho mất hứng thú)

maltraer (hắt hủi)

manifestar (phát biểu; biểu tình)

mantener (nuôi nấng, duy trì, bảo tồn)

manuscribir (viết bằng tay)

mecanografiar (đánh máy chữ)

medir (đo, đo lường, đo đạc)

mentar (đề cập)

mentir (nói dối, lừa dối)

merecer (xứng đáng, đáng được)

merendar (ăn nửa buổi sau buổi trưa, ăn lót dạ)

moler (xay, nghiền)

morder (cắn, ngoặm)

morir (chết)

mostrar (chỉ ra, chứng tỏ; trưng bày)

mover (chuyển động, di chuyển)

mullir (làm cho mềm, làm phồng lên; xới đất)

N

nacer (sinh ra, ra dời, xuất hiện, mọc lên, nhô lên)

negar (phủ nhận, phủ định

nevar (tuyết rơi)

neviscar (mưa đá rơi)

O

obedecer (vâng lời)

obscurecer (làm tối)

obstruir (khóa lại, ngăn chận)

obtener (đạt được)

ofrecer (đề nghị)

oir (nghe)

oler (ngửi, đánh hơi)

oponer (phản đối, chống đối)

oscurecer (hoàng hôn, làm tối, làm lu mờ)

P

pacer (ăn cỏ, ăn nhai)

padecer (chịu đựng)

palidecer (tái nhạt đi, nhợt nhạt đi)

parecer (ý kiến, cảm thấy, giống nhau)

pensar (suy nghĩ, nhớ)

perder (làm mất, đánh mất)

perecer (chết, tạ thế)

permanecer (ở lại)

perseguir (theo sau, theo đuổi, truy đuổi)

pertenecer (thuộc về)

pervertir (làm hư hỏng, làm đồi bại, làm suy đồi)

piar (kêu chiêm chiếp)

pipiar (tiểu)

placer (làm cho vui thích)

plañir (khóc lóc, rên rỉ, phàn nàn, than vãn)

plegar (gấp, làm thành nếp)

poblar (lập dân, lập làng)

poder (quyền lực)

podrir (làm thối)

poner (để, đặt, bố trí)

porfiar (tranh cãi, cãi vã)

poseer (có hiểu biết, tự chủ)

posponer (đặt sau)

preconcebir (nhận thức trước)

predecir (nói trước, đoán trước)

predisponer (chuẩn bị trước, sửa soạn trước)

preferir (ưa thích hơn)

prescribir (qui định, chỉ định, xác định)

presentir (dự cảm, linh cảm, dự đoán)

presuponer (đoán chừng, giả định)

prevalecer (hơn, ưu thắng, đắc thắng)

prevenir (báo trước, ngăn ngừa, phòng bị)

prever (thấy trước, biết trước)

probar (thử, kiểm tra, nếm)

producir (sinh sản, sản xuất)

proferir (thốt ra, phát ngôn)

prohibir (ngăn cấm)

promover (thúc đẩy)

proponer (nêu ra, đưa ra, đề nghị)

proseguir (tiếp tục, theo đuổi)

prostituir (làm đĩ)

proveer (cung cấp, cung ứng)

provenir (đi từ, xuất phát từ)

pudrir (làm cho thối, chết)

Q

quebrar (làm nứt nẻ)

querer (muốn, thích, yêu)

R

radiografiar (chụp ảnh bằng tia x quang, chiếu điện)

raer (cọ, chùi, xóa)

reaparecer (xuất hiện lại)

reblandecer (làm yếu, làm nhạt, làm mềm lại)

recaer (rơi lại)

recluir (giam cầm)

recomendar (khuyên răn, dạy bảo, giới thiệu)

recomponer (khôi phục lại, thiết lập lại)

reconducir (chuyển hướng)

reconocer (thừa nhận, công nhận)

reconstituir (khôi phục lại, thiết lập lại)

reconvertir (chuyển đổi lại, hóa thân)

recordar (gợi nhớ, làm nhớ)

recostar (nghiêng, làm nghiêng)

recrudecer (khốc liệt thêm, trầm trọng thêm)

recubrir (phủ lên)

reducir (trở lại vị trí cũ, khôi phục lại vị trí cũ)

referir (tường thuật, báo cáo, nói chuyện, đề cập đến)

reforzar (củng cố, làm vững chắc)

regar (tưới nước, phun nước)

regir (lãnh đạo, điều khiển)

rehacer (làm lại, sửa chữa)

rehuir (tránh, lẩn tránh)

reír (cười)

rejuvenecer (làm trẻ lại, hồi xuân)

relampaguear (chớp, lấp lánh)

relucir (chiếu sáng, lấp lánh)

remendar (vá lại, sửa chữa)

remover (di chuyển, xê dịch, chuyển động)

renegar (phủ nhận, từ chối, cấm túc)

renovar (cải tiến, đổi mới, cải thiện)

reñir (cải cọ, tranh cãi)

repatriar (gửi về tổ quốc)

repetir (nhắc lại, lập lại)

replegar (uốn cong, bẻ cong)

repoblar (phân bố lại dân cư)

reponer (đặt lại, xếp lại, khôi phục)

reprobar (phản đối, chống đối, lên án, bài xích)

reproducir (tái sản xuất, tái phát, sinh sản)

requerir (yêu cầu, đòi hỏi, kiểm tra)

resentirse (phiền muộn, đau buồn, đau khổ)

resonar (vang, dội lại)

resplandecer (lóe sáng, lỗng lẫy)

restituir (trả lại, khôi phục, bồi thường, hoàn lại)

restregar (cọ xát, nghiền nhỏ)

retener (bắt giam, giữ lại, kìm hãm)

retentar (tái phát bệnh)

retorcer (xoắn lại, vặn lại)

retraer (mang lại, từ bỏ)

retribuir (bồi thường, hoãn lại)

retrotraer (mang lại)

reunir (liên hợp, kết hợp, gặp gỡ, họp mặt)

revenir (trở về, quay lại)

reventar (nổ tung, phá vỡ, nứt ra, trào ra)

reverdecer (xanh lại, tươi lại)

revertir (trả lại tài sản, đảo ngược)

revestir (bọc, phủ, bao phủ)

revolcar (lật nhào xuống)

revolver (bao bọc, gói, cuốn)

robustecer (tăng cường, củng cố)

rociar (sương rơi)

rodar (quay, lăn xoay, quay phim)

roer (gặm, nhấm, ăn mòn)

rogar (yêu cầu, van xin, cầu nguyện)

romper (làm vỡ, làm nứt, cắt đứt quan hệ)

S

saber (biết)

salir (đi ra)

salpimentar (tăng gia vị, làm ngon)

sarpullir (ban phát)

satisfacer (làm cho hài lòng, làm thỏa mãn)

seducir (quyến rũ, cám dỗ, lôi cuốn)

segar (gặt)

seguir (đi theo, theo sau)

sembrar (gieo trồng)

sentar (ngồi)

sentir (cảm thấy)

serigrafiar (màn lụa)

serrar (cưa, xẻ9

servir (phục vụ)

sobreentender (hiểu ngầm)

sobrentender (hiểu biết)

sobreponer (đặt lên trên)

sobresalir (nổi bật, xuất sắc)

sobrevenir (xảy ra một cách đột ngột, đến đột ngột)

sobrevolar (bay qua)

sofreír (chiên)

soldar (hàn, ghép, hợp lại)

soler (thường hay, có thói quen)

soltar (cởi ra, tháo ra, giải thoát)

sonar (kêu, có tiếng động, vang)

sonreír (cười mỉm, cười nụ)

soñar (nằm mơ, mơ tưởng, mơ ước)

sosegar (làm yên tĩnh, làm dịu)

sostener (chống đỡ, giữ vững)

soterrar (chôn, vùi vào đất, giấu dưới đất)

subvertir (lật đổ, phá hoại)

subyacer (lớp lót)

sugerir (gợi)

superponer (chồng lên, đặt lên cao)

suponer (đặt vấn đề, nêu ý kiến, đặt giả thiết, dự đoán)

suscribir (đăng ký)

sustituir (thay thế)

sustraer (trừ đi)

T

taquigrafiar (ghi tốc ký)

telegrafiar (đánh điện, gởi điện tính)

temblar (run, hoảng sợ)

tender (uốn thẳng, kéo thẳng)

tener (có)

tentar (sờ mó, thăm dò, mò mẫm)

teñir (nhuộm)

tipografiar (in)

torcer (vặn, xoắn, xé, bẻ quặt)

tostar (nướng, rán)

traducir (dịch)

traer (mang đến, hút, thu hút)

transcribir (sao chép lại)

transferir (chuyển, nhường)

transgredir (vi phạm, phạm pháp)

trascender (bay ra, tỏa ra, có ảnh hưởng, mở rộng)

traslucirse (tỏa sáng)

trasponer (dời đổi chỗ)

travestir (mặc đồ khác giới)

trocar (trao đổi, thay đổi, nhầm lẫn)

tronar (gầm thét)

tropezar (va chạm nhau)

tullir (tê liệt)

V

vaciar (tháo ra, làm cạn, đổ ra, dốc sạch)

valer (giá, đáng gía, có giá trị)

variar (biến đổi, nhiều loại)

venir (đến, tới, lại)

ver (coi, trông nhìn, xem thấy)

verdecer (thay lá, làm cho xanh tươi)

verter (đổ)

volar (bay)

volcar (lật ngửa)

volver (trở lại, trở về, lặp lại)

X

xerografiar (làm ra một hình ảnh bằng xerografía)

Y

yacer (nằm, chết, giao hợp)

yuxtaponer (đặt sát nhau, để cạnh nhau)

Z

zaherir (khiển trách, trách mắng, phê bình)

zambullir (lặn xuống nước, rơi xuống nước)

11. CÂU - LA ORACIÓN

- Tùy theo ý định của người của người nói mà câu được chia thành nhiều loại:

a) Câu thông báo (oración anunciativa):

• Là câu dùng để chuyển tải một thông điệp đã qua hay một điều suy nghĩ. Ví dụ:

Ana nació en Madrid (An na đã sinh ra ở Madrid)

• Cùng một lúc nó có thể là câu khẳng định hay là câu phủ định. Ví dụ:

Tiene mensajes en buzón de voz (Anh / chị có tin nhắn bằng giọng)

No tiene mensajes en buzón de voz (Anh / chị không có tin nhắn bằng giọng)

b) Câu nghi vấn (oración interrogativa):

• Là những câu được dùng để hỏi, thường phải có hai dấu hỏi đặt trước và sau. Ví dụ:

¿Dónde has dejado las gafas? (Em đã để cái kính mắt ở đâu?)

c) Câu cảm thán (oración exclamativa):

• Là những câu được dùng để diễn đạt một niềm vui, một nỗi buồn hay một sự ngạc nhiên, vân vân ... và luôn có hai dấu chấm than đi trước và sau. Ví dụ:

¡Es una noticia fantástica! (Thật là một tin tuyệt vời!)

d) Câu mệnh lệnh (oración exhortativa):

• Là những câu được dùng để ra lệnh, cho lời khuyên hoặc ngăn cấm một điều gì. Ví dụ:

Ven aquí, ahora mismo (Em tới đây ngay)

Ten cuidado con la planta. (Hãy cẩn thận với những cây cảnh.)

No metáis los pies en el charco. (Các em đừng đặt chân vào vũng nước.)

e) Câu lưỡng lự (oración dubitativa):

Là những câu được dùng để diễn đạt sự nghi ngờ. Ví dụ:

Quizá vaya de vacaciones a la sierra. (Có lẽ anh ấy đã đi du lịch ở miền núi.)

f) Câu mong muốn (oración optativa):

Là những câu được sử dụng khi muốn diễn đạt một điều mong ước. Ví dụ:

¡Ojalá queden entradas para el concierto! (Mong rằng họ vẫn còn vé cho buổi hòa nhạc!)

g) Câu khả năng (oración de posibilidad):

Là những câu được sử dụng trong những trường hợp giả thiết. Ví dụ:

A esta hora se habrán marchado. (Giờ này có lẽ họ đã đi rồi.)

- Tùy theo số lượng của động từ mà câu được chia thành hai loại:

a) Câu đơn giản (oración simple):

• Là những câu mà nó chỉ có một vị ngữ hay nó chỉ có một hình thức động từ. Ví dụ:

Ha llegado el verano. (Mùa hè đã đến.)

Me duele la cabeza. (Tôi bị đau đầu.)

b) Câu phức tạp (oración compleja):

Là những câu mà nó có nhiều hình thức động từ. Ví dụ:

• El libro que me dejaste lo perdí. (Tôi đã là mất cuốn sách mà anh đã đưa cho tôi.) Querría que me felicitaras. (Tôi đã mong rằng em sẽ chúc cho tôi.)

- **Cấu trúc của câu (el componente de la oración):**

• Tất cả các câu đều có hai phần căn bản, đó là chủ ngữ (sujeto) và vị ngữ (predicado). Cả hai đều có cùng một cú pháp vá lệ thuộc lẫn nhau.

● Phần tử chủ yếu trong câu là động từ và chủ ngữ thì đi liền với động từ, bổ sung trực tiếp hay gián tiếp cho nhau.

a) Chủ ngữ (sujeto):

● Chủ ngữ của một câu là bao gồm những phần tử như danh từ, đại từ, cụm danh từ ... mà nó tương ứng với động từ của vị nghữ về số và người. Ví dụ:

Me gusta tu camisa. (Tôi thích cái áo của em.)

Me gustan tus camisas. (Tôi thích những cái áo của các em.)

La pelota la tiró el niño. (Quả bóng do cậu bé đã ném.)

La pelota la tiraron los niños. (Quả bóng do những đứa bé đã ném.)

●. Chủ ngữ không bao giờ đi liền với các giới từ.

● Chủ ngữ được viết dưới hai hính thức, chủ động và bị động.

b) Vị ngữ (el predicado):

Vị ngữ trong một câu là những gì má chủ ngữ nói đến. Nó có thể là một từ hay nhiều từ tạo thành. Ví dụ:

Ana descansa. (Ana nghỉ ngơi.) (nghỉ ngơi là vị ngữ)

Ana lee un libro. (Ana đọc một cuốn sách.) (đọc một cuốn sách là vị ngữ)

12. CHÍNH TẢ CỦA CHỮ (LA ORTOGRAFÍA DE LAS LETRAS)

● Tiếng Tây Ban Nha, cũng như những ngôn ngữ khác, thường có vấn đề về chính tả vì không phải lúc nào giọng đọc cũng chính xác với chữ. Ví dụ:

- Có trường hợp giọng lại trình bày cho những chữ khác nhau, ví dụ:

giọng của chữ i nhiều khi được viết như chữ **i** và có khi như chữ **y**: **reina** (hoàng hậu), **rey** (vua)

- Lại có thể xảy ra ngược lại, nhiều khi một chữ lại có nhiều giọng đọc khác nhau. Như chữ **c**, có khi đọc như là **zeta** (**ciervo** - quạ), có khi lại đọc như **ka** (**casa** - nhà)
- Cuối cùng, có thể xảy ra với một chữ mà không phát âm như chữ **h**. Ví dụ: **hola** (chào), (**zanahoria** - cà rốt) cả hai trường hợp đều không phát âm chữ **h**.

a) những phụ âm:

- Chữ b:

● Những từ mà nó bắt đầu bằng những âm tiết **bu-, bur-, bus-,** ví dụ: buzo (thợ lặn), burlar (bỡn cợt), buscar (tìm kiếm).

● Tất cả những từ bắt đầu bằng tiếp đầu ngữ **bi-, bis-** hay **biz-** đều có nghĩa là "hai lần", ví dụ.

bimotor (hai cái xe máy), **bisnieto** (chắt -hai lần cháu), **bizcocho** (bánh qui - hai lần nấu)

● Những từ bắt đầu bằng **bibl-,** ví dụ:

Biblia (kinh thánh), bibliografía (tiểu sử)

● Những từ có kết thúc bằng **- bundo, -bunda, -abilidad** hay **-ibilidad**, ví dụ:

furibundo (giận dữ), **meditabunda** (chu đáo), **amabilidad** (tốt bụng), **posibilidad** (khả năng)

● Có khi chữ **b** đi theo một phụ âm hoặc là vị trí ở cuối, ví dụ:

brazo (cánh tay), **abrir** (mở), **hablar** (nói), **bloquear** (ngăn chặn), **absoluto** (tuyệt đố), **obtener** (nhận được), **subterráneo** (ngầm), **club** (câu lạc bộ)

● Từ hợp nhất và từ phát sinh mà nó được viết bằng chữ **b**, ví dụ:

Từ hợp nhất: **contrabando** (buôn lậu), **guardabarros** (cái chắn bùn)

Từ phát sinh: **amabilísimo** (qúa tốt bụng), **recibidor** (người nhận)

• Những động từ mà nó kết thúc bằng chữ - **bir**, và tất cả những hình thức của nó, ví dụ:

escribir (viết), escribiré (tôi viết), **escribió** (anh ta đã viết).

• Những động từ kết thúc bằng **- buir** và những cách thức khác của nó, ví dụ:

atribuir (thuộc tính), **atribuye** (thuộc tính).

Những động từ **beber** và **deber** và tất cả những hình thức chia của nó, ví dụ:

bebí (tôi uống), **beberíamos** (chúng tôi uống), debáis (các anh / chị / em nên làm), **deberán** (họ nên làm).

Cũng như những động từ nguyên mẫu **caber** (làm vừa, làm cho phù hợp), haber (có), và **saber** (biết) và tất cả những hình thức của nó, ví dụ:

caben (họ làm vừa), **habremos** (chúng ta sẽ có), **sabrías** (các bạn biết)

• Hình thức qúa khứ không hoàn thành chỉ định của động từ **ir: jugaba** (tôi đã chơi)

- **Chữ v:**

• Những chữ mà bắt đầu bằng những tiếp đầu ngữ **vi-, vice- hay viz**-, ví dụ:

virrey (phó vương), **vicecónsul** (phó lãnh sự), **vizconde** (tử tước)

• Những chữ mà tận cùng bằng **-ava, -ave, -avo, -eva, -eve, -evo, -ivo, -iva** của những tính từ, ví dụ: **doceava** (thứ mười hai), **suave** (mềm), **nuevo** (mới), **leve** (nhẹ).

• Những từ hợp nhất và từ phát sinh của những từ được viết bằng chữ **v**, ví dụ:

Từ hợp nhất: **tomavistas** (xem), **convivir** (sống).

Từ phát sinh: **suavidad** (êm ái)

● Tất cả những ngôi thứ của động từ qúa khứ hoàn thành, qúa khứ không hoàn thành giả thiết, và thì tương lai giả thiết, ví dụ:

các động từ **andar** (đi), estar (ở) và tener (có): **anduvo, estuviera, estuviese, tuviéremos.** Cũng với hình thức phát sinh: **desanduvo, contuviera, mantuviéremos.**

● Những động từ tận cùng bằng **- servar**: **reservar** (dự trữ), **conservar** (bảo quản).

- **Chữ g:**

● Khi nó đi trước chữ a, o và u, ví dụ:

gato (mèo), gorro, **agua** (nước)

● Khi nó đi trước chữ **üe, üi,** ví dụ:

agüita (nước), **vergüenza** (xấu hổ)

● Những động từ kết thúc bằng -ger, -gir, ví dụ:

coger (nắm, chụp), **surgir** (nảy sinh)

● Những tận cùng bằng **-gésimo** và **gésima,** ví dụ:

trigésimo (thứ ba mươi), **vigesimal** (hai mươi)

● Những từ mà bắt đầu bằng geo-, ví dụ:

geografía (ngành địa lý)**, geometría** (hình học)

● Từ hợp nhất và từ phát sinh mà nó được viết bằng chữ **g**:

Từ hợp nhất: **sobrecoger** (giật mình)

Từ phát sinh: **dirigente** (lãnh đạo)

- **Chữ j:**

Những từ mà tận cùng bằng **-je**: **traje** (đồ đồng phục), **garaje** (nhà để xe), **paisaje** (phong cảnh), **eje** (cái trục). Những từ ngoại lệ: **falange** (đốt xương tay), **faringe** (yết hầu), và **laringe** (thanh quản)

Những chữ mà bắt đầu bằng **aje** - và **eje-,** ví dụ:

ajeno (người lạ), **ajedrez** (cờ tướng), **ejemplo** (ví dụ). Những từ ngoại lệ: **agencia** (đại lý), **agenda** (lịch)

Hợp nhất và phát sinh của những từ được viết bằng chữ **j,** ví dụ:

Từ hợp nhất: **barriobajero** (khu ổ chuột)

Từ phát sinh: **conejera** (chuồng thỏ)

Những động từ nguyên mẫu có **j**, ví dụ: **trabajar** (làm việc), **ejecutar** (thực thi), **crujir** (cót két)

Những động từ qúa khứ hoàn thành có giọng **je, ji,** ví dụ:

dijimos (chúng tôi đã nói), **trajiste** (anh đã mang theo), **atraje** (thu hút)

- **Chữ h**

● Những từ mà nó bắt đầu bằng **hia-, hie-, hue-, hui-,** ví dụ:

hiato (gián đoạn), **hierro** (sắt), **huevo** (trứng), **huida** (cuộc trốn chạy)

● Những chữ bắt đầu bằng chữ **-hum,** ví dụ:

húmedo (ẩm ướt), **humo** (khói), **humano** (nhân loại)

● Những chữ bắt đầu bằng **hidro-, hidra-,** ví dụ:

hidro-avión (thủy phi cơ), **hidratar** (ngậm nước)

● Những chữ bắt đầu bằng những tiếp đầu ngữ **hecto-, hemi-, homo-, hetero-, hiper-, hipo**-, ví dụ:

hectolitro (hectolitre), **hemisferio** (bán cầu), **homonimia** (đồng âm), **heterosexual** (dị tính), **hipermercado** (chợ), **hipotenso** (hạ huyết áp)

● Từ hợp nhất và từ phát sinh trong những từ có chữ h, ví dụ:

Từ hợp nhất: **contrahecho** (méo mó)

Từ phát sinh: **hermandad** (tình anh em)

• Tất cả những hình thức của động từ haber vá hacer, ví dụ:

habrán, habéis, hacíamos, haga

- **Chữ ll:**

• Những từ mà kết thúc bằng -**illo, -illa,** ví dụ:

amarillo (màu vàng), **orilla** (bờ)

• Những danh từ mà nó kết thúc bằng -**alle, -elle, -ello** và -**ullo**, ví dụ:

calle (con đường), **muelle** (bến tàu), **cabello** (đầu tóc), **orgullo** (tự hào)

• Những hợp nhất và phát sinh của những từ có **ll,** ví dụ:

Từ hợp nhất: **bocacalle** (đầu đường)

Từ phát sinh: **llavero** (vòng chìa khóa)

• Những động từ nguyên mẫu kết thúc bằng -**ellar, -illar, -ullar, -ullir** và tất cả những hình thức chia khác, ví dụ:

sellaremos, encasillaríais, apabullar, engulles

- **Chữ y:**

• Những từ mà kết thúc bằng nguyên âm đôi hoặc nguyên âm ba, ví dụ:

buey (con bò), **rey** (vua), **jersey** (áo len)

• Hình thức số nhiều mà thay **y** bằng **i,** ví dụ:

jerséis (những cái áo len)

• Những từ mà nó có tiếp đầu ngữ **ad-, dis-, in-, sub-,** có giọng đọc giống chữ ll, ví dụ:

adyacente (liền kề), disyuntiva (tình trạng khó xử), **inyección** (mũi tiêm), **subyugar** (khuất phục)

● Những từ mà bắt đầu bằng **yer-,** hay nó có vần **yec-,** ví dụ:

yerba (thảo mộc), **proyecto** (dự án)

● Từ hợp nhất và từ phát sinh của những từ có chữ **y,** ví dụ:

Từ hợp nhất: **pararrayos** (dây thụ lôi)

Từ phát sinh: **enyesar** (băng dán)

● Những hình thức chia động từ của những từ mà nó có chữ **y** mang giọng đọc **ll**, ví dụ:

cayeron (họ đã té), **leyera** (đọc), **oyó** (anh ấy đã nghe).

- **Chữ m:**

Chữ **m** được viết trước chữ **b** và **p**, ví dụ:

ambición (tham vọng), **campo** (cánh đồng), **símbolo** (tượng trưng)

- **Chữ r và chữ rr:**

Chữ **r** đứng giữa những nguyên âm khi nó có giọng phát âm nhẹ khác với chữ **rr**, ví dụ:

cara (đắt), **aroma** (mùi hương).

Chữ **r** đứng sau chữ **l, n,** và chữ **s**, mặc dù nó có giọng đọc giống chữ **rr**, ví dụ:

alrededor (chung quanh), **enredar** (làm rối), **israelita** (do thái).

Chữ **r** đứng đầu chữ, mặc dù nó có giọng đọc giống chữ **rr,** ví dụ:

ratón (chuột), **raza** (giống), **reptil** (bò sát).

Chữ **rr** được viết khi khi giọng phát âm ở giữa nguyên âm, ví dụ:

perro (chó), **contrareloj** (thời gian thử nghiệm).

- **Chữ c và chữ z:**

Chữ **z** được viết khi nó đứng trước hay sau chữ **a, o, u,** ví dụ:

paz (hòa bình), **zapato** (giày), **zopenco** (thô)

Giọng đọc **z** được viết dưới dạng **c** khi nó đứng trước **e, i**, ví dụ:

abundancia (giàu có), **cepillo** (cái lược), **cigarillo** (điếu thuốc), **peces** (những con cá).

- **Chữ x:**

Chữ **x** đọc giống như chữ **ks**, ví dụ:

extraordinario (phi thường), **reflexionar** (phản chiếu), **unisex** (unisex).

Chữ **x** được viết liền theo **pla, ple, pli, plo, pre, pri, pro**, ví dụ:

explayarse (giải thoát), **explorador** (nhà thám hiểm), **exprimir** (vắt kiệt).

b) Chữ viết hoa:

Chữ hoa được viết khi:

Chữ đầu tiên của một bài viết, của một câu hay chữ đi sau một dấu chấm, ví dụ:

Ya llega el verano. Se acercan las vacaciones. (Mùa hè đang đến. Sắp tới là những ngày nghỉ hè.)

Những tên riêng, ví dụ:

Ana, Juan Carlo Tacoronte ...

Những chữ bắt đầu trong những tựa đề của một cuốn sách, một tờ báo ..., ví dụ:

"**La realidad no es lo que parece**" ("Thực tế không phải như những gì nó có vẻ")

Sau hai dấu chấm của lời chào trong một bức thư, ví dụ:

Querida madre: Te escribo...,

Những từ **Estado** (nhà nước) hay **Iglesia** (nhà thời hội thánh công giáo) được viết hoa.

Tên của một nước, một tổ chức, ví dụ:

España (Tây Ban Nha), **Tribunal Supremo** (Tòa án Tối cao)

c) **Dấu nhấn:**

Những từ có dấu sắc khi nó kết thúc bằng **nguyên âm. -n**, hay -**s**, ví dụ:

corrí (tôi đã chạy), **perdón** (xin lỗi), **cortés** (lịch sự).

d) **Cách xử dụng các dấu trong câu:**

- **Dấu chấm** :

Được dùng để chấm dứt một câu.

Được dùng để chấm dứt một bài viết.

- **Dấu chấm hỏi:**

Được dùng trong câu nghi vấn, dùng ở đầu câu và cuối câu, thí dụ:

¿Qué hora es ? (Mấy giờ rồi?)

Nếu có những câu hỏi đi liền nhau thì mỗi câu đều có dấu hỏi đứng trước và sau, ví dụ:

¿Dónde transcurre la historia? ¿Qué tiene de especial de lugar? ¿Quiénes viven allí? (Chuyện đó xảy ra ở đâu vậy? Có gì đặc biệt về địa điểm? Ai sống ở đó?)

- **Dấu chấm than:**

Được dùng trong câu cảm thán ở trước và đầu câu, ví dụ:

¡Qué guapa estás! (Em đẹp quá!)

Nếu có những câu cảm thán đi liền nhau thì mỗi câu đều có dấucảm thán đứng trước và sau, ví dụ:

¡socorro! ¡auxilio! ¡ladrones! (Cứu giúp! Cứu giúp! kẻ trộm!)

- **Dấu hai chấm:**

Được dùng sau một câu chào ở một lá thư, ví dụ:

Querido amigo: Te escribo... (Bạn thân mến: Tôi viết cho bạn ...)

Được dùng sau trước một câu trích dẫn, ví dụ:

Dijo Jesús: "Yo soy la luz..." (Chúa Giê su đã nói: "Ta là ánh sáng..."

- **Dấu chấm phẩy:**

Dấu chấm phẩy cho biết khoảng dừng trung gian giữa dấu chấm được tạo bằng dấu phẩy (thứ) và dấu chấm (chính). ..., khi cần tách các câu độc lập, ví dụ:

Se lleva muy bien con su hermano; sin embargo, a veces tiene discusiones. (Anh ấy rất hòa thuận với anh trai mình; tuy nhiên, đôi khi anh ta cũng có những tranh luận.)

- **Dấu phẩy:**

Được dùng để chia các đoạn,, các phần tử của một câu, ví dụ:

Mi ensalada preferida lleva queso, manzana, lechuga y pasas. (Món salad yêu thích của tôi có pho mát, táo, rau sà lách và nho khô.)

- **Dấu gạch (gạch nhỏ):**

El guión se usa para dividir aquellas palabras que no caben completas al final de una línea o renglón, y que deben separarse y escribirse, en parte, en la línea de abajo. Esta separación se hace respetando los criterios de división silábica.

(Dấu gạch nối được sử dụng để phân chia những từ không hoàn toàn phù hợp ở cuối dòng hoặc dòng, và những từ đó phải được tách ra và viết một phần ở dòng bên dưới. Sự tách biệt này được thực hiện dựa trên các tiêu chí phân chia âm tiết.), ví dụ: Aparta-mento. (căn - hộ)

Để ngăn chia ngày tháng hay hai trang sách, ví dụ:

Juan Ramón Jiménez (1881 - 1958).

página (18- 56)

- **Dấu gạch ngang** (gạch lớn):

Được sử dụng khi bắt đầu một câu hội thoại, ví dụ.

_ ¿Qué tal el viaje? (_ Chuyến du lịch thế nào?)

Được dùng trong câu kể chuyện, ví dụ:

_ ¿Dónde estáis? _ preguntó Hugo_, (_ Bạn ở đâu? _ Hugo hỏi).

CPSIA information can be obtained
at www.ICGtesting.com
Printed in the USA
BVHW090050130421
604735BV00008B/736

9 781989 993859